பரமஹம்ஸர் சொன்ன பரவசக் கதைகள்

இராதாகிருஷ்ணன்

உங்கள் ரசனை மேம்பட
வானவில் புத்தகாலயம்

Phone: 29860070, 2434 2771, Cell: 72000 50073
Vanavil Puthakalayam 6 th sense_karthi
e-mail : vanavilputhakalayam@gmail.com
Website: www.sixthsensepublications.com

Publisher
Karthikeyan Pugalendi

Managing Editor
P. Karthikeyan

Title:
PARAMAHAMSAR SONNA PARAVASA KADHAIGAL

Author:
Radhakrishnan

Address:
Vanavil Puthakalayam
10/2(8/2) Police Quarters Road(1st Floor)
(Between Thiyagaraya Nagar Bus Stop & Police Station)
Thiyagaraya Nagar, Chennai - 17
Phone: 29860070, 2434 2771
Cell: 72000 50073

Vanavil Puthakalayam
6 th sense_karthi
e-mail : vanavilputhakalayam@gmail.com
Website: www.sixthsensepublications.com

Edition:
First   : 2004
Second   : 2023

Pages   : 144

Price   : Rs.188

தலைப்பு:
பரமஹம்ஸர் சொன்ன பரவசக் கதைகள்

நூலாசிரியர் : இராதாகிருஷ்ணன்

பக்கங்கள் : 144

விலை: ரூ. 188

முதற்பதிப்பு   : 2004
புதிய பதிப்பு : 2023

No part of this book may be reproduced or transmitted in any form without permission in writing from the author or publisher

வானவில் புத்தகாலயம்
10/2 (8/2) போலீஸ் குவார்ட்டர்ஸ் சாலை (முதல் தளம்)
(தியாகராயநகர் பேருந்து நிலையத்திற்கும் காவல் நிலையத்திற்கும் இடைப்பட்ட சாலை)
தியாகராயநகர், சென்னை – 600 017
தொலைபேசி : 29860070, 2434 2771
கைபேசி: 72000 50073
மின்னஞ்சல்: vanavilputhakalayam@gmail.com

இந்தப் புத்தகத்திலுள்ள எந்த ஒரு பகுதியையும் பதிப்பாளர் மற்றும் எழுத்தாளர் அனுமதியை எழுத்து மூலம் பெறாமல் பதிப்பிக்கக் கூடாது

நீங்கள் Smart Phone உபயோகிப்பவராக இருந்தால் QR Code Reader Application மூலம் இதை Scan செய்தால் நேரடியாக எமது இணையதளத்திற்கு சென்று மேலும் எங்கள் வெளியீடுகள் பற்றிய விவரங்களைப் பெறலாம்.

ISBN : 978-93-82578-09-3

பதிப்புரை

உலகத்தில் இந்தியாவின் பெருமையை நிலை நாட்டியவர்களில் முக்கியமான ஒரு இடத்தை வகிப்பவர் சுவாமி விவேகானந்தர். சாதாரண நரேந்திரனாக இருந்த அவரை சுவாமி விவேகானந்தராக்கியவர் இராமகிருஷ்ண பரமஹம்ஸர்தான்.

விவேகானந்தரைத் தெரிந்திருக்கிற அளவுக்கு பலருக்கு பரமஹம்ஸரைத் தெரிந்திருப்பதில்லை. ஆனால் அந்த மகான் உலகுக்கு எடுத்துச் சொன்ன உண்மைகள் அனந்தம். அவர் சொன்ன சின்னச் சின்னக் கதைகளைத் தொகுத்து ஒரு நூலாக்கியிருக்கிறோம். இக்கதைகள் உங்களுக்கு உலகைப் பற்றிய தெளிவையும் பக்திப் பரவசத்தையும் அளிக்கும் என்றும் நம்புகிறோம்.

-பதிப்பகத்தார்.

பொருளடக்கம்

	ஒரு தொடக்கம்......	7
1.	பறவை......	11
2.	அஞ்ஞானம்......	13
3.	கைவிலங்கு......	14
4.	எது உண்மை......	15
5.	அப்பால் என்ன?......	17
6.	சலனம்......	18
7.	தன்னை உணர்தல்......	19
8.	வைராக்கியம்......	22
9.	கட்டுப்பாடு......	24
10.	வேண்டுதல்......	27
11.	யோக சித்தி......	29
12.	துணை......	32
13.	எதற்கு அழுவது?......	35
14.	சமாதி......	37
15.	பொய்த்தவ வேடம்......	38
16.	ஒரு உண்மைச் சம்பவம்......	40
17.	கிணற்றுத் தவளை......	43
18.	கணவன்......	45
19.	நிறங்கள்......	46
20.	உவமைகள்......	47
21.	நம்பிக்கையே சக்தி......	50
22.	எல்லாம் கடவுளே......	52
23.	விஷமும் தற்காப்புக்கே......	54

24. இறையே பக்தி	57
25. இயல்பு	59
26. துறவி	61
27. ஞானம்	64
28. பிரம்ம நிலை	66
29. எல்லாம் ஒரே நிறம்தான்	69
30. எது பக்தி	71
31. மனமே ஆலயம்	73
32. பாதை தெரியுது பார்	75
33. உண்டது யார்?	77
34. ஆன்மா	79
35. யானை	80
36. தேவை	82
37. முன்வினைப் பயன்	85
38. முன்னேறிச் செல்	87
39. இடம்	90
40. அவதூதர்	92
41. நேடாக்களும், நேடிகளும்	94
42. காலிப்பானை	96
43. சிரிப்பு	97
44. கடவுளுக்கு அர்ப்பணம்	99
45. சங்கு முழக்கம்	102
46. அண்ணன்	104
47. பாவனை	105
48. அடித்தது யார்?	109

49. திணறித் திணறித் தேடு	110
50. யாரிடம் சொல்வது	112
51. எது நிஜம்	114
52. மருந்து	116
53. கொடுப்பவன்	118
54. புரிகிறதா?	120
55. ஆதாரம்	123
56. ஆழ்ந்த சிந்தனை	125
57. நேராக்க முடியுமா?	127
58. மதிப்பு	129
59. குகை	130
60. மட்டற்ற அன்பு	131
61. எதுவும் நடக்கும்	133
62. அன்பே கடவுள்	135
63. சுட்ட பானை	136
64. தரிசனம்	137
65. பூவாசம்	138
66. மூன்று குணங்கள்	139
67. உணர்தல்	140
68. இயற்கை	140
69. வாய் வேதாந்தி	141
70. நம்பிக்கை	142
71. சாதகன்	143
72. உண்மை	143
73. சில உதாரணங்கள்	144

ஒரு தொடக்கம்

"கடவுள் இருக்கிறாரா?"

காலம் காலமாக எழுப்பப்பட்டு வரும் கேள்வி இது. இதற்கு எத்தனையோ பேர் எத்தனையோ விதமாகப் பதில் அளித்து விட்டார்கள். எந்த பதிலும் எவருக்கும் திருப்தியைத் தரவில்லை. ஒவ்வொரு பதிலுமே இன்னொரு கேள்விக்குத் தான் வித்திடுகின்றன.

'கடவுள் எல்லாவற்றிலும் இருக்கிறார்.'

'பற்றுக்களை உதறினால் கடவுளைக் காணலாம்.'

'கடவுளைக் காண முடியாது. உணரத்தான்முடியும்.'

'கண்டவர் விண்டிலர். விண்டவர் கண்டிலர்.'

'கடவுள் உள்ளே இருக்கிறார். வெளியே இல்லை.' உனக்குள்ளே தேடு. ஜீவனை மாயை மறைத்துள்ளது. மாயை விலகினால் உள்ளே ஆன்மா சுடர் விடும்.

இப்படி எத்தனையோ விளக்கங்கள். சில பொருள் உள்ள விளக்கங்கள். சில பொருளே இல்லாதவை. சில பொருள் இருந்தும் இல்லாததுபோல் தோன்றுபவை. ஆக முடிந்த முடிவாக இது தான் என எவரும் அறுதியிட்டு சொல்ல முடிந்ததில்லை.

மகாவீரர், புத்தர், ஏசு, சங்கரர் என எண்ணற்ற மகான்கள். அவர்களது சித்தாந்தங்கள். அவற்றுக்கு பக்கம் பக்கமாக மணிக்கணக்கில் விளக்கம் தரும் சமய போதகர்கள்.

எதற்கும் குறைவேயில்லை. ஆனால் எதிலும் முடிந்த முடிவாக விடை கிடைக்கவில்லை. விஞ்ஞானம் அதன் பங்குக்கு தன்னுடைய முயற்சிகளைத் தொடர்ந்து கொண்டுதான் இருக்கிறது.

'ஞானத்தேடல்' என்னும் இந்தத் துறையில் எல்லோரையும் விடத் தீவிரமாக இறங்கியவர் சுவாமி விவேகானந்தர். அவர் விவேகானந்தர் ஆகும் முன்பே நம்மைப்போல் சாதாரணமாக நரேந்திரன் என்ற பெயருடன் விளங்கியவர்தான்.

எந்த சமய சொற்பொழிவிலும் அவர் கலந்து கொண்டு விடுவார். அந்த பேச்சாளரின் சொற்பொழிவைப் பொருட்படுத்த மாட்டார். நேராக பேசுபவரிடம் செல்வார். கத்தி குத்துவது போல் ஒரே கேள்விதான்.

"நீர் கடவுளைக் கண்டதுண்டா?"

பேசுபவர் வெலவெலத்துப் போய் விடுவார். இறைவன் யார், என்ன என்று கேட்டால், அவர் ஒளிவடிவமானவர், சத்திய சொரூபர், சலனமற்றவர், அளவற்ற கருணையாளர் இப்படி ஏதேதோ கதைக்க முடியுமே! இவர்தான் நேரடியாக நெஞ்சில்வாள் பாய்ச்சுவதுபோல் நீர் கண்டிருக்கிறீரா என்றல்லவா கேட்கிறார்? நேரிடையாகக் கண்டிருந்தால் அவர் ஏன் இங்குவந்து கூட்டம்போட்டுப் பேசப்போகிறீர்?

ஒருமுறை ஒரு நண்பர் நரேந்திரரிடம் வந்தார். அது நள்ளிரவு நேரம். கங்கை நதியில் படகு வீட்டில் சாது ஒருவர் இருக்கிறார். அவர் தாந்திரிக யோக வித்தைகளில் ஈடுபட்டவர். அவ்ருக்கு இறை அனுபவம் உண்டு. இதுதான் அந்த நண்பர் சொன்ன தகவல்.

அவ்வளவுதான். ஒரே ஓட்டமாக ஓடிய நரேந்திரர் கங்கையில் குதித்தார். நீந்திச் சென்று நீர் சொட்டச் சொட்ட படகில் ஏறியவர் நேராகச் சென்று அந்த சாதுவை உலுக்கினார். கண்திறந்தவரிடம் "கடவுள் இருக்கிறாரா? உமக்குத் தெரியுமா? என்றார்.

சாது அவரது உடைகளைப் பார்த்தார். சுற்றிலும் பார்த்தார்.

"விடைகிடைத்து விட்டது. உமக்குத் தெரியாது. நான் வருகிறேன்" என்றபடி திரும்பினார் நரேந்திரர்.

"நில், நில். கேள்வி கேட்டுவிட்டு பதில் பெறாமல் போகிறாயே!" என்றார் அந்த சாது.

"இல்லை. நான் கேள்வி கேட்டதுமே நீங்கள் என் உடைகளைப் பார்த்தீர்கள். பின் வானத்தைப் பார்த்தீர்கள். அதன் பிறகுதான் எனக்கு இது நள்ளிரவு என்பதும், நான் தண்ணீர் சொட்டச் சொட்ட நிற்பதும் ஞாபகம் வந்தது. உமக்கு பதில் தெரியாது என்பதும் புரிந்தது. நான் வருகிறேன்" என்றபடி மீண்டும் நதியில் குதித்துத் திரும்பினார் நரேந்திரர்.

அத்தகையவர் ராகிருஷ்ண பரமஹம்ஸரை சந்தித்தார். அதுவும் இதே போல்தான். பலர் மத்தியில் பரமஹம்ஸர் இருந்தபோது திடு திப்பென்று புகுந்த நரேந்திரர் அவரிடம், "கடவுள் இருக்கிறாரா?" என்றார்.

"உனக்குத் தெரிந்து கொள்ள வேண்டுமா? என்னுடன் வா" என்றார் பரமஹம்ஸர்.

நரேந்திரரை சுவாமி விவேகானந்தராக மாற்றிய நிகழ்ச்சி இது. பின்னாளில் விவேகானந்தர் எழுதுகிறார்.

"என்னைத் திணறவைத்த பதில் இது. உண்டா என்ற கேள்விக்கு உண்டு, இல்லை என்று சொல்லாமல் உனக்குத் தெரிந்து கொள்ளவேண்டுமா என்று கேட்டு பொறுப்பை என் மீதே திருப்பிய அவரது பதில் என்னை சிந்திக்க வைத்தது. கடவுள் இருக்கிறாரா, இல்லையா என்பது இருக்கட்டும். நீ தெரிந்து கொள்ள விரும்புகிறாயா? ஆம் எனில் வா. இல்லையெனில் வந்த வழியே திரும்பு. இந்தத் தெளிவான பதில் என்னை அவரிடம் ஈர்த்தது."

ஆம். பரமஹம்ஸர் போன்ற ஞானிகள் நேரிடையாக சொல்ல மாட்டார்கள். ஏனெனில் சொல்ல ஏதும் இல்லை. அது ஒரு உணர்வு. அது ஒரு அனுபவம். அதனை விளக்க முடியாது. அதற்கு எந்த மொழியிலும் வார்த்தைகளே

கிடையாது. அதேபோல் அதனை சுட்டிக்காட்டவும் முடியாது. ஏனெனில் அதற்கென குறிப்பிட்ட இடமோ, குறிப்பிட்ட வடிவமோ கிடையாது. ஆனால் தாங்கள் எந்த வழியில் சென்றார்களோ அந்தப் பாதையை வேண்டுமானால் அவர்கள் காட்டுவார்கள். இதோ இதுதான் அந்த வழி. இந்த வழியில் செல். நீயும் அதை அடையலாம் என்று.

புத்தருக்கு ஒருவழி. ஏசுவின் வழி ஒன்று. இப்படி ஒவ்வொருவருக்கும் அவரவர்வழி தனி வழி.

தேன் எப்படி இருக்கும் என்றால் இனிப்பாயிருக்கும் என்று சொல்லலாம். இனிப்பு எப்படி இருக்கும் என்றால் என்ன சொல்ல முடியும்? அதை சாப்பிட்டுப் பார்த்தாலொழிய விளங்காது. அதே போல் மகான்களின் வழியை உணரலாம். ஆனால் அதன் முடிவை, அவர்கள் எட்டிய அந்த அனுபூதி எனும் சிகரத்தை உணர முடியாது.

அதனால்தான் அவர்கள் 'இது போல', 'அதுபோல' என உதாரணமாக பல கதைகளைக் கூறுகிறார்கள். அதன் மூலம் இறைவனை உணர முடியா விட்டாலும் அதற்குத் தகுதியாக உழுது பண்பட்ட நிலமாக நம் மனம் ஆக முடியும். அந்த வகையில் மகான் பரமஹம்ஸர் பல இடங்களில் பல கதைகளைக் கூறுகிறார். அவை விவேகானந்தராலும், மற்றவர்களாலும் சொல்லப்பட்டு உலகம் முழுதும் வலம் வருகின்றன.

அவற்றில் ஒரு சில கதைகளை இந்நூலின் மூலம் நாம் காணப்போகிறோம். இதன் மூலம் முழுமையான ஆத்ம ஞானம் பெறாவிட்டாலும் அதன் முதல் படிக்கட்டையாவது நம்மால் தரிசனம் செய்யமுடியுமே! அது போதாதா?

1

பறவை

பறவை ஒன்று ஒரு கப்பலின் மீது வந்து அமர்ந்து கொண்டது. மாலுமிகள் அங்கே உணவு அருந்துவது வழக்கம். அவர்கள் உணவருந்தி விட்டுப் போனதுமே அந்தப் பறவையானது பாய்ந்து சென்று தரையில் சிந்தியிருக்கும் உணவுத்துகள்களைக் கொத்தித் தின்னும். தின்னும்போதே அங்கு யாராவது வருவார்கள். உடனே பறந்து சென்று பாய்மரத்தின் மீது அமர்ந்து கொள்ளும். வந்த ஆள் போனதும் மீண்டும் பறந்து சென்று உணவைக் கொத்தித் தின்னும்.

உணவின் மீதும் ஆசை, அதே சமயம் வருபவர் ஏதாவது செய்து விடுவாரோ என்கிற அச்சம். இதிலேயே கவலையாக இருந்த அந்தப் பறவைக்குக் கப்பல் புறப்பட்டதும் தெரியவில்லை. அது நகர்ந்து சென்று கொண்டிருப்பதும் புரியவில்லை. கப்பல் கரையிலிருந்து நடுக்கடலுக்குச் சென்று விட்டிருந்தது. பறவை தனது உணவுத் தேவைகள் பூர்த்தியான பின்தான் சுற்று முற்றும் பார்த்தது. அது எங்கே இருந்து வந்ததோ அந்த இடம் அதன் கண்களுக்குத் தென்படவில்லை.

கப்பலின் மேலிருந்து பறவை நேர் வடக்கே பறந்து சென்றது. நெடுந்தூரம் சென்ற பின்னும் கரை தென்படாததால் பழையபடியே திரும்பி வந்து கப்பலின் மேற்கூரையில் அமர்ந்து கொண்டது. சற்று நேரம் கழித்தபின் மீண்டும் புத்துணர்ச்சியுடன் கிளம்பியது. இம்முறை அது எதிர்த்திசையில் நேர் தெற்கே பறந்து சென்றது. அங்கும் ஏதும் தென்படவில்லை. எங்கு பார்த்தாலும் ஒரே நீர்ப்பரப்பு. பழையபடியே சோர்ந்து போய்த்திரும்பி வந்து கப்பலின் மேல் தட்டில் அமர்ந்தபடி வெறித்துக் கொண்டு இருந்தது. பிறகு என்ன? இன்னுமிருப்பது இரண்டு திசைகள். கிழக்கும் அதற்கு நேர் எதிரான மேற்கும்தான். இரு திசைகளிலும் பறந்து சென்று தேடிய பறவை அதே முடிவைத்தான் எட்டியது. சோர்ந்து போய் பழையபடி திரும்பி கப்பலின் மீதே வந்து அமர்ந்தது.

(கிரீந்திரர், ராம், கோபால் ஆகியோரிடம் பேசுகையில் ஸ்ரீ ராமகிருஷ்ண பரமஹம்ஸர் கூறிய கதை இது. தட்சிணேசுவர் கோயிலில் இதனை அவர் கூறினார்.

உணவுக்கு ஆசைப்பட்ட பறவை கப்பலில் தங்குகிறது. கப்பல் கடலில் பயணம் செய்வதைக் கூட அது அறியவில்லை. அது போல் ஆசைகளில் சிக்குண்ட ஆன்மாவானது உலகியல் என்னும் சம்சாரக் கடலின் நடுவில் சிக்கி விடுகிறது. சிறிது தூரம் எங்காவது செல்கிறது. மீண்டும் திரும்பி இங்கேயே வந்து விடுகிறது.

நான்கு திசைகளிலும் பாதி, பாதி தூரம் சென்று திரும்பிய பறவை ஏதேனும் ஒரு திசையில் முழுமையாக சென்றிருந்தால் ஏதாவது ஒரு கரையைச் சேர்ந்திருக்க முடியும். அதுபோல் மனிதன உடனடி பலன்களை எதிர்நோக்கி பல முயற்சிகளையும் செய்து ஒவ்வொரு வழியிலும் பாதியிலேயே திரும்பி விடுகிறான். அதனாலேயே இறுதிவரை அவனால் மீள முடிவதில்லை.

யோகம், தவம், வழிபாடு, பூஜை, ஞானம், கர்மம் எதுவாயினும் ஒன்றை மட்டும் பற்றிக் கொண்டு உறுதியுடன் இருப்பவன் மட்டுமே கரையேற முடியும் என்பதை உணர்ந்த பரமஹம்ஸர் இதனைக் கூறுகிறார்.)

2

அஞ்ஞானம்

காலில் முள் தைத்து விட்டால் வேறொரு முள்ளைக் கொண்டு அதனை எடுப்பார்கள். அந்த முள் இருந்த இடத்தில் இந்த முள்ளை வைக்கமாட்டார்கள். இரண்டுமே வீசி எறியப்பட்டு விடும். அஞ்ஞானம் என்ற முள்ளை அறிவு என்பதன் மூலம் அப்புறப்படுத்த வேண்டும். அதன்பின் இரண்டையுமே வீசிவிட வேண்டும். அதுவே மெய்யுணர்வின் முதல்படி ஆகும்.

3

கைவிலங்கு

ஒரு மனிதன் புகை பிடிப்பதில் அளவிட முடியாத ஆவல் உள்ளவன். ஒரு நாள் இரவு அவனுக்குத் தூக்கம் வரவில்லை. புகை பிடித்தால் நன்றாயிருக்குமே என்றெண்ணி வீட்டிற்கு வெளியேவந்தான். தெரு அமைதியாயிருந்தது. எல்லா வீட்டுக் கதவுகளும் தாளிடப்பட்டிருந்தன.

நெடுநேரம் இப்படியும், அப்படியும் அலைந்த அவன் கடைசியாகத் துணிந்து ஒரு வீட்டின் கதவைத் தட்டினான். நெடு நேரம் தட்டியபின்பே வீட்டுக்காரன் கதவைத் திறந்து தூக்கத் கலக்கத்துடன், ''என்ன?'' என்றான்.

''எனக்குப் புகைபிடிக்கும் பழக்கம் உண்டு'' என்றான் இவன்.

''அதனால் என்ன இப்போது?''

''கொஞ்சம் நெருப்பு கிடைக்குமா?''

''நல்ல ஆளய்யா நீ'' என்று வீட்டுக்காரன் சிரித்தான். இதற்காகவா கதவைத் தட்டி என் தூக்கத்தைக் கெடுத்தாய்? உன் கையிலேயேதான் லாந்தர் (விளக்கு) வைத்திருக்கிறாயே!'' என்றபடி கதவைச் சாத்திக் கொண்டான்.

(''தீர்த்த யாத்திரை போய் விட்டுவரலாம் என்றிருக்கிறேன்'' என்று கோபாலர் கூறியபோது சிரித்துக் கொண்டே பரமஹம்ஸர் சொன்ன கதை இது. இறைவன் உள்ளே இருக்கும்போது ஏன் வெளியே தேடி அலைகிறாய் என்ற பொருளில் இது சொல்லப்பட்டிருக்கலாம் என்று பலரும் குறிப்பிட்டுள்ளனர்.)

4

எது உண்மை

ஒரு ஆசிரமத்தில் குரு ஒருவர் இருந்தார். அவரிடம் எண்ணற்ற சீடர்கள் பயின்று வந்தனர்.

அவர்களில் மிக முக்கியமான சீடர்கள் மூன்றுபேர் இருந்தனர். மூவருமே நல்ல அறிவாளிகள். கல்வி, கேள்விகளில் கரை கண்டவர்கள். மூவரிடமுமே இடைவிடாத ஒரு ஞானதாகம் இருந்து கொண்டே இருந்தது.

அழியாத பேருண்மை பற்றித் தங்கள் குரு என்ன சொல்லப் போகிறார் என மூவருமே ஆவலுடன் எதிர்பார்த்துக் கொண்டிருந்தனர்.

ஒரு நாள் குருதேவர் மூன்று சீடர்களையும் அழைத்தார். மூவரும் அவர் முன் சென்று நின்றார்கள்.

குரு சொன்னார்.

''உங்களுக்கு அறிவு பூர்வமாகக் கற்பிக்க வேண்டியதை எல்லாம் கற்பித்து விட்டேன். இனி நீங்கள் அனுபவ பூர்வமாக உணர வேண்டும். நாடெங்கும் ஓராண்டு காலம் யாத்திரை செய்யுங்கள். திரும்பிவந்து கடவுள் பற்றிய உங்கள் அனுபவத்தைச் சொல்லுங்கள்.''

குருவின் கட்டளையை ஏற்றுச் சீடர் மூவரும் கிளம்பினார்கள். ஒன்றாகப் பயணம் செய்யாமல் மூன்று பேரும் தனித்தனியே வேறு வேறு திசைகளில் பயணம் செய்தனர். குரு சொன்னபடியே நாடு முழுவதும் ஒருவருட காலம் சுற்றினார்கள். ஒரு வருடம் முழுதும் முடிந்த பின்னர்

கால் நடையாகவே திரும்பி வந்து குருவின் முன்பு நின்றார்கள்.

குரு கேட்டார், ''இறைவன் பற்றிய உண்மையை அறிந்து கொண்டீர்களா?'' ஒருவன் சொன்னான்.

''கடவுள் எங்கும் இருக்கிறார். அவருக்கு வடிவம் ஏதும் கிடையாது.''

இன்னொருவன் சொன்னான்.

''கடவுளுக்கு வடிவம் உண்டு. ஒளிவடிவமாக அவர் காணப்படுகிறார்.''

மூன்றாமவன் சொன்னான்.

''ஐயா! எனக்கு ஒன்றும் விளங்கவில்லை. எல்லாம் ஒரே குழப்பமாக இருக்கிறது.''

குரு சிரித்தார். ''நீ ஒருவன்தான் உண்மையைச் சொன்னாய். நீ சொன்னதுதான் உண்மை.''

இறைவனை இன்னது என்றோ, இப்படி என்றோ எவராலும் விளங்கிக் கொள்ளவும் முடியாது. விளக்கிச் சொல்லவும் முடியாது. அது ஒரு அனுபவம் மட்டுமே. அனுபவித்தவர் அத்தகைய உணர்வை அடைந்ததேயில்லை.

பலமதங்களைப் பின்பற்றும் பலரும் தங்களுடைய மகான்கள் என்ன சொன்னார்கள் என்பதையே உணராமல் கண்மூடித்தனமாகப் பின்பற்றுவதோடு ஆவேசமாக விவாதம் செய்து கொண்டிருப்பார்கள். அத்தகைய மனிதர்கள் கல்வி, கேள்விகளில் வேண்டுமானால் சிறந்திருப்பார்களே தவிர இறை உணர்வு என்பது அவர்களிடம் மருந்துக்குக் கூட இருக்காது.

இதனை உணர்ந்த பரமஹம்ஸர் சொன்ன குட்டிக் கதை இது.

5

அப்பால் என்ன?

ஓர் இடத்தில் ஏராளமான பேர் கூடி இருந்தார்கள். அந்த இடத்தை நாற்புறமும் உயரமான மதில் சுவர் சூழ்ந்திருந்தது. அதற்கு அப்பால் என்ன உள்ளது என்பது பற்றி எவருக்குமே தெரியாது.

அந்தக் கூட்டத்திலிருந்த நான்கு பேர் சிரமப்பட்டு அந்த சுவரின் மீது ஏறினர். மதில் மீது ஏறி மறுபுறம் பார்த்த அவர்களில் ஒருவன் ''ஆஹா'' என்று கூவினான். கூவியபடியே மறுபுறம் குதித்தும் விட்டான். மற்ற இரண்டுபேரும் ''ஹ! ஹ!'' என்றனர். அவர்களும் கூட வெளியே குதித்து விட்டனர். நாலாமவன் மட்டும் கீழே இறங்கி வந்து கீழிருந்தவர்களிடம்.

''மதிலுக்கப்பால் அழகான வனம். அதில் ஏராளமான வண்ண மலர்கள். அவற்றிலிருந்து வருகிறது இனிய நறுமணம். அங்கே ஒரு அழகான நீர் நிலைஉள்ளது'' என்றெல்லாம் வர்ணித்தானாம்.

(பிரம்ம நிலை எய்திய பலரும் அது பற்றிப்பேசவே மாட்டார்கள். அந்த ஆனந்தமான பரவசத்தில் திளைத்து சமாதி நிலை அடைந்து விடுவார்கள். அதன் பின் உடல் அவர்களுக்கு ஒரு பொருட்டல்ல. அந்த நிலையை எட்டியபின் அவர்கள் உடலும் இருபத்தோரு நாட்கள்தான் ஜீவிதமாயிருக்கும்.

ஆனால் மக்களுக்கு அறிவிக்க எண்ணுபவர்கள் அந்நிலையிலிருந்து மீண்டும் இறங்கி வருவார்கள். வந்து அதுபற்றிய விழிப்புணர்வை மக்களிடம் ஊட்டுவார்கள். அதற்காகவே அவர்கள் ஓரிருபடிகள் கீழே இறங்கி வருகிறார்கள்.

அவதூதர்கள் பற்றி விளக்கப் பரமஹம்ஸர் கூறிய கதை இது.)

6

சலனம்

பத்துத் துறவிகள் கண்மூடி மவுனமாக ஜெபம் செய்து கொண்டிருந்தனர். அந்த வழியாக ஒரு அழகிய பெண் நடந்து சென்றாள். மற்றவர்களிடம் சலனம் இல்லை. ஒருவன் மட்டும் புடவை சர சரப்பு சப்தம் கேட்டு மெல்ல ஒரு கண்ணை மட்டும் திறந்து ஓரக் கண்ணால் பார்த்தான். அவன் ஐந்து பிள்ளைகள் பெற்று அதன் பின்பே துறவி ஆனவன்.

பூண்டு காய்ச்சிய பாத்திரத்தில் அதன் வாசனை விடாது இருப்பதுபோல் சம்சாரபந்தங்களின் வாசனை மனிதனை விட்டு எளிதில் அகலுவதில்லை.

7

தன்னை உணர்தல்

ஒரு சமயம் ஆடுகள் மந்தையாக மேய்ந்து கொண்டிருந்தன. காட்டுப்பகுதியில் அவற்றை மேயவிட்டுவிட்டு பாதுகாப்பாக சற்றுத் தொலைவில் வேடன் ஒருவன் நின்று கொண்டிருந்தான். அப்போது அவ்வழியே வந்த பெண் புலி ஒன்று ஆட்டுமந்தை மீது பாய்ந்தது. அதைக் கண்ட வேடன் தொலைவில் இருந்தபடியே அதன் மீது அம்பு எய்தான்.

அம்பு பாய்ந்து சுருண்டு விழுந்தது பெண்புலி. அப்போது அது நிறைமாத கர்ப்பிணியாக இருந்தது. அதனால் ஒரு குட்டியைப் பிரசவித்து விட்டு அது உயிரை விட்டு விட்டது.

பச்சிளம் குட்டியைக் கண்டதும் அதன் மேல் இரக்கம் கொண்ட வேடன் அதைத் தன் தோளில் தூக்கிச் சென்றான். ஆடுகளின் பட்டியிலேயே அதையும் விட்டுவைத்தான். ஆரம்பத்தில் அதைப் பார்த்து மிரண்ட ஆடுகள் போகப்போக அதனுடன் பழகிவிட்டன. இப்படி அந்தக் குட்டிப் புலியானது பிறந்தது முதலே ஆடுகளின் மத்தியிலேயே வளர்ந்தது.

ஆட்டுக்குட்டிகளுடன் விளையாடி அவைகளைப் போலவே புல்லைத்தின்று, அவைகளுடனேயே தண்ணீர் குடித்து அவைகளுடனேயே தூங்கவும் செய்ததால் அதன் இயல்பையெல்லாம் இழந்து அது ஆடுகளைப் போலவே

இருந்தது. அது கத்தும்போது கூட அதன் வாயில் புலியின் உறுமல் சப்தத்திற்கு பதில் மே.... மே.... என்ற தீனமான குரல் மட்டுமே வந்தது.

ஒரு நாள் அந்த ஆடுகள் புல்வெளியில் மேய்ந்து கொண்டிருந்தன. புலிக்குட்டியும் அவைகளோடு ஓடியாடி விளையாடிக் கொண்டிருந்தது. அப்போது திடுமென்று வந்த புலி ஒன்று அந்த மந்தை மேல் பாய்ந்தது. இதைக் கண்டதும் வந்த ஆடுகள் பயங்கரமாகக் கூச்சலிட்டபடியே திசைக்கொன்றாகச் சிதறி ஓடின. இந்தப் புலியும் மே... மே... என்று கத்தியபடியே பயந்து ஓடியது.

வந்த புலிக்கு மகா ஆச்சரியம். தன்னைப் போன்ற ஒரு புலி ஆடுபோல் கத்துவது கண்டு வியந்து போன அது புலியைப் பிடித்து இழுத்தது,

"யார் நீ? இங்கு என்ன செய்கிறாய்?" என்று கேட்டது. பயந்து போன குட்டிப்புலி "இவர்கள் என் உறவினர்கள். நான் இவர்களோடு வாழ்ந்து வருகிறேன்" என்றது.

அதைக் கேட்டு சிரிசிரியென்று சிரித்த புலி, அந்தப் புலியை இழுத்துச் சென்று ஆற்று நீரில் தெரியும் அதன் முகத்தைக் காட்டியது. "பார்! உன் முகத்தை நன்றாகப்பார். இவர்களும், நீயும் ஒன்றா?" என்று கேட்டது.

குட்டிப் புலி குழம்பியது. உடனே அந்தப் புலி இதன் வாயில் ஒரு மாமிசத் துண்டத்தைத் திணித்தது. முதலில் இது முரண்டியது. அதை சாப்பிட மறுத்தது. ஆனால் தொடர்ந்து கட்டாயப்படுத்தியதால் அதை சுவைக்க ஆரம்பித்தது. இப்போது தன்னுள் ஏதோ கிளர்வதை அது உணர்ந்தது.

கொஞ்ச நேரத்தில் அதனிடமிருந்து புறப்பட்ட ஒலி பழைய ஆட்டுக்குட்டியின் ஓலமல்ல. புதிய ஒரு புலியின் உறுமல். தன்னை உணர்ந்த அதன் கர்ஜனை அது.

(கர்ம வினைகளில் கட்டுண்ட மனிதன் மண், பொன் எனப் பல ஆசைகளில் மூழ்கித் தான் யார் என்பதையே மறந்து கிடக்கின்றான். அவனை அவனுக்கு நினைவூட்டவே புலிபோல் ஒரு குரு தேவர் வருகிறார். அவனுக்கு அவனை அடையாளம் காட்டி உணரச் செய்தபின் அவன் அந்த மந்தையை விட்டு விலகி விடுகிறான்.

"ஒருவன் ஞானமடைவதில் குருவின் பங்கு என்ன? ஒவ்வொருவனும் தானே தன் சுயத்தைத் தேட முடியாதா?" என்ற விவாதத்தின்போது ஸ்ரீ ராமகிருஷ்ண பரமஹம்ஸர் மேற்கூறிய கதையை உதாரணம் காட்டி விளக்கமளித்தார்.)

8

வைராக்கியம்

விவசாயி ஒருவன் எதிரிலிருந்த தன் நிலத்திற்கு நீர் பாய்ச்சப் பலநாட்கள் முயன்று வந்தான். அந்தக்காரியம் சுலபத்தில் கைகூட வில்லை. அதே சமயம் வேறொரு உழவன் தன் நிலத்திற்குக் கால்வாய் வெட்ட ஆரம்பித்தான். மூன்று நாட்கள் குளிக்காமல் கொள்ளாமல் முழுமூச்சில் இறங்கி எடுத்த வேலையை முடித்து விட்டுத்தான் அவன் நிம்மதியாகத் தூங்கப் போனான்.

முதல் விவசாயியின் மனைவி அவனை ஏசினாள். எப்போதும் மற்றவர்களோடு ஒப்பிட்டு அவனை அவள் திட்டிக்கொண்டே இருப்பாள்

“அந்த உழவனுக்கு இருக்கும் வைராக்கியம் உனக்கு இல்லை” என்று அன்றும் எப்போதும் போல் குத்திப் பேசினாள்.

“கால்வாய் வெட்டுவதற்கும் வைராக்கியத்துக்கும் என்ன சம்பந்தம்?” என்றான் விவசாயி.

“இல்லை. அவனுக்கு எல்லா விஷயத்திலும் வைராக்கியம் நிறைய உண்டு. அவனுக்குப் பதினாறு மனைவிகள். ஒவ்வொருத்தியாகத் துறந்து கொண்டே வருகிறான் அவன்” என்றாள் அவள்.

''அறிவு கெட்டவளே! உண்மையில் அவனுக்கு வைராக்கியம் என்பதே கிடையாது. வைராக்கியம் உள்ளவன் அதைக் கொஞ்சம் கொஞ்சமாகத் துறக்கமாட்டான். ஒரேயடியாகத் துறந்துவிடுவான்'' என்று சொல்லிவிட்டு அப்போதே துண்டுடன் தேசாந்திரம் புறப்பட்டு விட்டான்.

(''வைராக்கியம் இரண்டு வகைப்படும். தீவிர வைராக்கியம். நடப்பது நடக்கட்டும் என்று மெதுவான போக்கில் செல்லும் தீவிர வைராக்கியம் கூர்மையான கத்திபோன்றது. அது ஆசை, வெகுளி, காமம் போன்றவற்றை பட்டென்று ஒரே வெட்டில் துண்டித்து விடும்'' என்று பரமஹம்ஸர் மஹிமர் என்பவருக்கு மேற்கூறிய கதையை உதாரணமாகக் கூறி விளக்கினார்.)

9

கட்டுப்பாடு

ஆசிரமம் ஒன்றில் ஒரு வயதான பிஷு தங்கியிருந்தார். அவரிடம் குருகுல வாசம் செய்யப் பெரிய பிரம்மச்சாரிகள் கூட்டமே இருந்தது. அவர்கள் அனைவருமே இளந்துறவிகள். அவர்கள் கல்வியுடன் யோக சாதகமும் செய்து வந்தனர்.

அங்கிருந்த சமையல்காரனுக்கு வயதாகிவிட்டது. அவன் சமைத்த உணவு முன்போல இப்போது ருசியாக இல்லை. ஒரு நேரம் உணவில் உப்பு மிக அதிகமாகி விடும். ஒரு சமயம் அடியோடு உப்பே உணவில் இருக்காது. உப்பு, புளி இரண்டும் சரியாக அமைந்தால் அன்று காரம் ருசியைக் கெடுக்கும் வேலையைச் செய்யும்.

மொத்தத்தில் அந்தத் துறவிகளைப் பொறுத்தவரை உணவுவேளை என்பதே தண்டனை அளிக்கும் நேரம் என்பது போல் ஆகி வந்தது.

குருவே! சமையலுக்கு ஒரு பெண்ணைப் போட்டு விடக் கூடாதா?'' என்றான் அவர்களில் ஒருவன் ஒரு நாள். ''ஏராளமான பிரம்மச்சாரிகள் இருக்கும் இடத்தில் ஒரே ஒரு பெண் இருந்தாலும் மனம் அலைபாயும். உங்கள் கவனம் சிதறும்'' என்றார் குரு.

"இளம் பெண் வேண்டாம். ஒரு வயதான பெண்மணி யையாவது போடலாமே! சீடர்கள் மீது அவ்வளவு நம்பிக்கை இல்லையா உங்களுக்கு?" என்றான் இளந்துறவி கோபமாக.

வயோதிக பிஷு மெல்லச் சிரித்தார். ஆகட்டும் என்பது போல தலையசைத்து வைத்தார்.

அன்றைய இரவு சமையல்காரர் செய்த உணவில் உப்பு அதிகமிருந்தது. எண்ணெய், தேங்காய் போன்றவையும் தூக்கலாக இருந்தன. அந்த உணவை உட்கொண்டபின் இரவு அனைவரும் படுத்து விட்டனர். அன்று நடு இரவில் அதில் ஒருவனுக்கு விக்கலெடுத்தது. அடுத்தடுத்து அனைவருக்கும் தாகம் எடுத்தது. எழுந்து சென்று தண்ணீர் குடிக்கப் பானையைத் திறந்தால் பானைகாலியாக இருந்தது. கதவைத் திறக்கப் போனால் கதவு வெளிப்புறம் தாழிடப்பட்டிருந்தது.

ஒரு அண்டாவில் வாசலில் தெளிக்க சாணம் கரைத்த நீர் வைக்கப்பட்டிருந்தது. தாகம் தாங்காமல் ஒருவன் மேலோடு இருந்த தெளிந்த தெள்ளிய நீரை ஒரு டம்ளர் எடுத்துக் குடித்தான். அதேபோல் வேறொருவன்... பிறகு இன்னொருவன்... இப்படி வரிசையாக அதைக்குடித்து விட்டுப் படுத்தனர்.

தாகம் தாங்காமல் இரவு முழுதும் ஒருவர் மாற்றி ஒருவர் எழுந்து போய் அந்தத் தண்ணீரை குடித்த வண்ணம் இருந்தனர்.

மறுநாள் விடிந்ததும் குருவிடம் போய் கோபமாக அது பற்றி முறையிட்டனர்.

குரு சிரித்தார்.

"ஒரு இரவு தாகத்திற்கே தாங்க முடியாமல் சாண நீரையே குடிக்கும் நீங்கள் மன சபலம் என்று வந்தால் வயதானவள் என்றா பார்க்கப் போகிறீர்கள்? அந்த அளவுக்குதான் இருக்கிறது உங்களின் மனப்பக்குவம். அதனால்தான் பெண் சமையல்காரி கூடாது என்றேன். புரிகிறதா?" என்றார்.

சீடர்கள் வெட்கித் தலைகுனிந்தனர்.

("ஆண்கள் துறவியாவது போல் ஏன் யாரும் பெண்களைத் துறவியாக்க முன் வருதில்லை? பெண்களுக்குத் துறவறம் என்பது கூடாதா? அல்லது பெண்துறவிகளை ஏன் அங்கீகரிப்பதில்லை?" என்று பக்தர் ஒருவர் கேட்ட கேள்விக்கு ராமகிருஷ்ண பரமஹம்ஸர் சுவைபடக் கூறிய அற்புதமான குட்டிக் கதை இது.)

10

வேண்டுதல்

ஏழை ஒருவன் மலைமீது ஒரு குடில் கட்டினான். ரொம்பவும் கஷ்டப்பட்டு அவன் கட்டிய குடிசை அது. அவன் அதை கட்டி முடித்து சில நாட்கள் கடந்தபின் ஒரு நாள் பெரும் காற்று வீச ஆரம்பித்தது. சீக்கிரத்தில் அது புயலாகவும் மாறியது.

புயலைப்பார்த்த ஏழையின் மனதில் பயம் ஏற்பட்டது. எப்படி இந்த குடிசையைக் காப்பாற்றுவது? வீசும் காற்று இன்னும் பலமானால் குடிசை அதைத் தாங்குமா? வாயுபகவானை நோக்கி வேண்ட ஆரம்பித்தான் அவன்.

''ஏ வாயுதேவனே! இதோ இந்த குடிசை ஒன்றுதான் என்னுடையது. இதை விட்டால் வேறு ஏதும் இல்லை எனக்கு. ஆகவே இதை மட்டும் அடித்துக் கொண்டுபோய் விடாதே!''

காற்றுபலமாக வீச ஆரம்பித்தது. குடிசை லேசாக ஆட்டம் கண்டது. சட்டென்று அவனுக்கு வேறு ஒரு யோசனை தோன்றியது. ஆஞ்சநேயர்தானே வாயுபகவானின் குமாரர்! இந்த ஞாபகம் வந்ததுமே, ''அப்பா வாயு தேவா! இது அனுமானின் குடிசை. இதனை ஒன்றும் செய்து விடாதே'' என்று வேண்டுதலை மாற்றினான். பலமுறை இது அனுமான் குடிசை, அனுமன் குடிசை என்று அவன் சொல்லியும் எந்தப் பலனும் இல்லை. பிறகு அவன், ''அப்பா இது லக்ஷ்மணன் குடிசை இதைக்காப்பாற்று.'' என்று வேண்டினான். குடிசை இப்போது இன்னும் பலமாக ஆட ஆரம்பித்தது. இப்போது அவன் ''பகவானே! இது சீதையின் குடில்'' என்று உரக்கக் கூவ

ஆரம்பித்து விட்டான். ஆனால் குடிசை ஆடுவது நிற்கவில்லை.

கடைசியாக, ''வாயு பகவானே! இது ராமரின் குடிசை. ராமச்சந்திர மூர்த்தியின் குடிசை'' என்றெல்லாம் புலம்பத் தொடங்கினான்.

இறுதியில் ஒரு பெருங்காற்று வீசவும் மட மடவென்று குடிசை சரிந்து விழ ஆரம்பித்தது. சட்டென்று அங்கிருந்து எழுந்தவன், ''இந்தப் பாழாய்ப் போன குடிசை எக்கேடாவது கெட்டு ஒழியட்டும்'' என்று கூவியபடி வெளியே ஓட்டம் பிடித்தான்.

(பிரதாப் என்பவரிடம் பரமஹம்ஸர் கூறினார். ''உன்னுடைய பிரசங்கம், தத்துவம், தர்க்கம், விவாதம் இவற்றையெல்லாம் விட்டு விட்டு முழுமனதுடன் இறை சிந்தனையில் மூழ்கு'' என்று. அப்போது பிரதாப் ''நான் பிரசங்கங்கள் செய்வது எனக்காக அல்ல. கேசவர் பெயரை நிலை நாட்டவே'' என்றார்.

இதைக் கேட்ட பரமஹம்ஸர் சிரித்தப்படி, கேசவரின் பெயரை நீ காப்பாற்ற வேண்டிய அவசியம் இல்லை. எல்லாம் இறைவனின் உள்ளம் என்பதை அறிவாயாக. இன்று இப்படி சொல்லும் நீ சிலநாள் போனதும் இப்படி நினைக்கமாட்டாய்'' என்று கூறி மேற்கண்ட கதையை உதாரணம் காட்டி விளக்கினார்.

யாவும் இறைவன் சித்தப்படியே தோன்றுகின்றன. அவன் சித்தப்படியே மறைகின்றன. அவருடைய பிரேமைக் கடலில் மூழ்குவதே நாம் செய்யத்தக்கது.

மூழ்குக. மூழ்குக, மூழ்குக, மனமே
முழுமுதற் பொருளின் அழகெனும் கடலில்
ஆழமாய்ச் செல்லுக, அலைகளின் அடியில்
அன்பெனும் மணிகள் அகப்படும் உனக்கே.

- பரமஹம்ஸர் பாடல்

11

யோக சித்தி

துறவி ஒருவர் காட்டில் கடுந்தவம் செய்து கொண்டிருந்தார். தன்னை மறந்த நிலையில் உள்ளுக்குள் ஆழ்ந்து கடுந்தவம் புரிந்தார் அவர். மெல்ல மெல்ல அவரிடம் எண்ணற்ற சக்திகள் எழலாயின. கடைசியில் எதையும் நினைத்த வண்ணம் நடத்தும் அளவு அபார யோகசித்திகள் பெற்றவராகி விட்டார் அவர்.

அளவற்ற யோக சித்திகள் பெற்றதாலேயே எவராலும் அடைய முடியாததை தன்னுள் அடைய முடிந்தது என்ற கர்வம் இப்போது அவருள் தோன்றி விட்டது. இத்தனைக்கும் அவர் மிகுந்த நற்குணங்கள் கொண்டவர். நாள் முழுதும் இடையறாத ஒரு ஆன்மீக நாட்டத்தில் இருந்தவர்.

ஒரு நாள் துறவி ஒருவர் அவரைத் தேடிவந்தார். யோகசித்திகள் பெற்ற துறவியும் தம்மைக்காண வந்த முனிவரை மரியாதையுடன் வரவேற்றார். அவருக்கு ஆசனம் அளித்து அமரும்படி பணிவுடன் கேட்டுக் கொண்டார். முனிவர் அமர்ந்ததும் அவரிடம் குசலம் விசாரிக்க ஆரம்பித்தார்.

முனிவர் தாம் யார், அவர் எங்கு போய்க் கொண்டிருக்கிறார் என்றெல்லாம் எதுவும் சொல்லவில்லை. மாறாக, ''உங்களைப் பற்றி நிறையக் கேள்விப்பட்டிருக்கிறேன். அதனால்தான் உங்களைக் காணவந்தேன்'' என்றார்.

துறவி வியப்படைந்தார். அதைக் கண்ட முனிவர், ‘‘உங்களுக்கு அபார சித்திகள் கைவரப் பெற்றதாக அறிந்தேன்’’ என்றார்.

‘‘ஆமாம்’’ என்றார் துறவி பெருமிதமாக.

‘‘எந்தெந்த வகைகளில்?’’

‘‘எல்லா வகையிலும்’’ என்றார் துறவி.

முனிவர் இப்போது வெளியே பார்த்தார். அங்கே ஒரு

யானை மெதுவாக ஆடி அசைந்தபடி சென்று கொண்டிருந்தது. அதை சுட்டிக் காட்டிய முனிவர், ‘‘உங்கள் சக்தியினால் அந்த யானையைக் கொல்ல முடியுமா?’’ என்று கேட்டார்.

‘‘தாராளமாக’’ என்ற துறவி தரையில் குனிந்து ஒரு பிடி மண்ணை எடுத்து மந்திரித்து அந்த யானையை நோக்கி வீசினார். மறுகணமே யானை துடிதுடித்து விழுந்து இறந்து விட்டது.

"ஆஹா! பிரமாதம்" என்ற முனிவர், "சரி இதனைப் பிழைக்க வைக்க முடியுமா?" என்றார்.

"நிச்சயமாக" என்ற துறவி முன் போலவே ஒரு பிடி மண்ணை எடுத்து மந்திரித்து வீசவும் யானை மீண்டும் உயிர்பெற்று எழுந்தது. துறவி பெருமையுடன் முனிவரைப் பார்த்தார்.

முனிவர் கேட்டார்.

"சுவாமி! தங்களிடமுள்ள யோகசித்தியின் சக்தி அபாரமானதுதான். ஆனால் ஒரு கேள்வி. இப்போது ஒரு யானையைக் கொன்றீர்கள். பிறகு மீண்டும் அதனை உயிர்ப்பித்தீர்கள். இதனால் உங்களுக்கு என்ன பலன்? ஆன்மீகத்தில் என்ன முன்னேற்றம்? இறைவனை அடைய இச்செயல் எந்த வழியில் உமக்கு உதவும்?" என்றுகேட்டபடி சட்டென மறைந்துவிட்டார்.

வந்தது இறைவனே என்றறிந்த துறவி திகைத்துப்போனார். அத்துடன் தமது யோக வலிமைகளை மூட்டை கட்டி வைத்து விட்டு இறை பக்தியில் மூழ்க ஆரம்பித்தார்.

(மகேந்திரர், கன்னிலால் போன்றவர்கள் கடவுள் அருளால் மகாசக்திகளை அடைய முடியுமா என்று கேட்டபோது மஹாசக்திகள் இறைவனை அடைவதற்கு பெரும் இடையூறு என்று கூறிய பரமஹம்ஸர் அதற்கு உதாரணமாக இந்தக் கதையைக் கூறியதுடன் கீதையில் கண்ணன், "அர்ஜுனா! என்னை அடைய வேண்டுமென்ற விருப்பம் உனக்கு இருந்தாலும் எட்டு சித்திகளில் ஒன்று உன்னிடம் இருந்தாலும் உன்னால் என்னை அடைய முடியாது" என்று சொன்னதாகக் கூறினார்.)

12

துணை

துறவி ஒருவர் தர்மோபதேசம் செய்து கொண்டிருந்தார். ''எல்லாம் இறைவனே! அவன் ஒருவன் மட்டுமே சாஸ்வதமானவன். மற்றபடி சொந்தம், பந்தம், நட்பு எல்லாமே. மாயைதான் மனிதனின் இறுதிவரை துணை வருவது இறைவன் மட்டுமே.''

இதனைக்கேட்ட இளைஞன் ஒருவன் ஆவேசமானான். ''அது எப்படி சொல்கிறீர்கள் முனிவரே? இறைவன் உண்மை என்று சொல்கிறீர்கள். அதை ஒப்புக் கொள்கிறேன். ஆனால் மீதி எல்லாமே நிலையற்றவை என்கிறீர்களே அதை மட்டும் என்னால் ஏற்கமுடியாது'' என்றான்.

துறவி சிரித்தார். ''குழந்தாய்! உனக்கு அனுபவம் போதாது. எல்லாக் காலத்திலும் எவர்க்கும் பெரும் துணை இறைவன் மட்டுமே. மீதி எதுவும் அவனுக்குத் துணை அல்ல.''

''அப்படியானால் என் தாய் என் மீது அளவிட முடியாத பாசம் வைத்துள்ளார்களே அது பொய்யா? என் மனைவி என் மீது காட்டும் அன்பு பொய்யா?''

''அப்பா! தாய்-மகன், மனைவி-கணவன் இந்த உறவிலும் கூட எதிர்பார்ப்புகள் உண்டு. ஆனால் இறைவன் உயிர்களிடம் காட்டும் கருணையில் மட்டும்தான் எந்தவித எதிர்பார்ப்பும் கிடையாது.''

துறவி சொன்னதை இளைஞனால் ஒப்புக் கொள்ள முடியவில்லை. நிரூபித்துக் காட்டும்படி சவால் விட்டான்.

துறவி சொன்னார்.

"நல்லது இளைஞனே! நீ கேட்கிறபடியால் சொல்கிறேன். நான் உனக்கு ஒரு மருந்து தருகிறேன். அது அபூர்வமானது. அதை உண்டவர் பிரேதம் போல் கிடப்பார்கள். ஆனால் அவர்களுக்குக் காது மட்டும் துல்லியமாகக் கேட்கும். மற்றபடி உடலில் எந்த அசைவும் அப்போது இருக்காது. நீ வீட்டுக்குப் போனதும் இதை அருந்தி விட்டுப்படுத்துவிடு. பிறகு நான் வந்து உனக்கு மாற்று மருந்து தருகிறேன். பிறகு நடப்பதைப் பார்" என்றார்.

இளைஞன் இதற்கு சம்மதித்தான். வீட்டிற்குச் சென்றதுமே முனிவர் தந்த மருந்தை அருந்தினான். பின் பிரேதம் போல் படுத்து விட்டான். சற்று நேரத்தில் அந்த வீட்டில் அழுகுரல்கள் கேட்கத் தொடங்கின. அது கேட்டு அக்கம் பக்கத்தார் வந்து கூட ஆரம்பித்தனர்.

கொஞ்சநேரம் கழித்தபின் குரு அந்த வீட்டுக்கு வந்தார். அங்கே அழுது கொண்டிருந்தவர்களைப் பார்த்துச் சொன்னார். "இறந்து விட்டவனைப் பற்றிக் கவலைப்பட வேண்டாம். அவனை எழுப்புவதற்கு வழி உண்டு. ஆனால் இவனை எழுப்பினால் இவனுக்கு பதில் இறக்க ஒப்புக்கொண்டவர்கள் இறந்து விடுவார்கள். இவன் எழுந்து விடுவான்" என்று சொன்னவர் முதலில் தாயைப் பார்த்து, "தாயே! நீ வா. உன் மகனை எழுப்பி விடலாம்" என்றார்.

அது எப்படி? இவன் மட்டுமா என் மகன்? இன்னும் மற்ற பிள்ளைகள் இருக்கிறார்களே!" என்றாள் அந்த மூதாட்டி.

"சரி" என்று சொல்லி மனைவியைப் பார்த்த குரு "நீ வா அம்மா, உன் கணவனை உயிர்ப்பிக்கலாம்" என்றார். "ஐயோ! நான் என் குழந்தையை கவனிக்கவேண்டாமா? என்றாள்

அவள். அவனுடைய மாமனாரைப்பார்த்த குரு, "உன் ஒரே மகளின் கணவனாயிற்றே! அவனை எழுப்ப வேண்டாமா?" என்று கேட்டார். "அவரவர் விதிப் பயன். யார் என்ன செய்யமுடியும்?" என்றார் அந்தக்கிழவர்.

அடுத்து குரு வேறொருவர் பக்கம் திரும்பவும், குறுக்கிட்ட அவன் மனைவி, "யாரும் தேவையில்லை. அவர் இல்லாமலே நாங்கள் எங்கள் வேலைகளை கவனிப்போம்" என்றாள் கோபமாக.

அனைத்தையும் காதால் கேட்டபடி இருந்தான் அந்த இளைஞன். குரு அளித்த மாற்று மருந்தில் எழுந்தவன் ஏதும் பேசாமல் அவர் பின்னாலேயே சென்று விட்டான்.

(எவ்வளவுதான் சொந்தம், பந்தம் என ஒருவனை சூழ்ந்திருந்தாலும் அவை எதுவுமே கடைசிவரை வரக்கூடியதல்ல. பெற்றோர் தம் பிள்ளைகள் மீது காட்டும் பாசம் கூட இவர்கள் வயோதிகத்தில் தம்மை பராமரிப்பார்கள் என்ற நம்பிக்கையினால்தான்.

ஆபத்து வரும்போதுதான் மனிதன் உண்மையை உணர்கிறான். ஏனெனில் அப்போது அனைவரும் அவனை விட்டு விலகி விடுகின்றனர். கண்ணுக்குப் புலனாகாத சக்தியை நோக்கி அப்போது அவன் மனம் வேண்டுகிறது.

'மனிதப் பிரயத்தனங்கள் எல்லாம் பலன் அற்றுப் போன பின்பே தெய்வம் தோன்றுகிறது' என்பது பழமொழி.

"தந்தை தாய் தமர் தாரம் எல்லாம்
சந்தையில் கூட்டம் அதிலோர் சந்தேகமில்லை."

மேற்கண்ட உண்மைகளை விளக்கி ராமகிருஷ்ண பரஹம்ஸர் கூறிய உதாரணம்தான் இந்தக் கதை.)

13

எதற்கு அழுவது?

ஓர் ஊரில் குயானவன் ஒருவன் இருந்தான். அவன் அயராத உழைப்பாளி. தினமும் எழுந்த உடனே வயலுக்கு சென்று விடுவான். நாள் முழுவதும் அதில் உழைத்து விட்டுத் திரும்ப வருவான். கடும் உழைப்பு ஒன்றைத் தவிர வேறு எதிலுமே அவனது நாட்டம் சென்றதில்லை.

நெடுங்காலமாகவே அவனுக்குக் குழந்தைகள் இல்லை. அதற்காக அவன் மனைவி மிகவும் வருந்தினாள். ஏராளமான நோன்புகள் , விரதங்கள் என்று இருந்தாள். கடைசியாக இந்த தம்பதிக்கு வயதான காலத்தில் ஒரு ஆண் குழந்தை பிறந்தது.

குடியானவனின் மனைவி குழந்தையை செல்லமாக வளர்த்தாள். நாள் முழுவதும் அதன்மேல் தனி கவனம் செலுத்தினாள். அவள் உலகமே அவன் தான் என்பதுபோல் ஆயிற்று .

குழந்தையும் வளர்ந்தது. குடியானவனோ எப்போதும் போல் தனது உழைப்பிலேயே கவனமாக இருந்தான். இதேபோல் ஒரு நாள் அவன் வயலில் வேலை செய்து கொண்டிருந்தபோது ஒருவன் அங்கே ஓட்டமாக ஓடிவந்தான்.

''ஐயா! உங்கள் மகனுக்கு உடம்புக்கு மோசமாகி விட்டது. மரணத் தறுவாயில் இருப்பதாக மருத்துவர்கள் சொல்கின்றனர்'' என்றான் பட படப்பாக. குடியானவன் தன்

வேலைகளை அப்படியே விட்டு விட்டு புறப்பட்டு வீட்டுக்குப் போனான்.

அங்கே வீட்டு வாசலில் நிறையக் கூட்டம் இருந்தது. உள்ளேயிருந்து அழுகுரல் கேட்டது. குடியானவனின் மனைவிதான் தலைவிரி கோலமாகப் புலம்பிக் கொண்டிருந்தாள்.

ஆனால் குடியானவன் கண்களிலிருந்து ஒரு பொட்டுக் கண்ணீர் வரவில்லை. அவன் மனைவி கத்தினாள். "பார்த்தீர்களா? நம் ஒரே பிள்ளை, எப்பேர்ப்பட்ட அருமையான பிள்ளை, அந்தப் பிள்ளை இறந்தும் சொட்டுக் கண்ணீர்கூட விட இவரால் முடியவில்லை. இவரெல்லாம் ஒரு தந்தையா?"

குடியானவன் சொன்னான்:

"நேற்றிரவு ஒரு கனவு வந்தது எனக்கு. அந்தக் கனவில் நான் ஒரு அரசன். எனக்கு ஏழு பிள்ளைகள். அனைவரும் நல்ல அழகு. அறிவாற்றலும், தர்ம குணமும் படைத்த அவர்கள் மிகச் சிறந்தவர்கள். திடீரென என் கனவு கலைந்து விட்டது. இப்போது நான் அந்த ஏழு பிள்ளைகளுக்காக அழுவதா, உன் ஒரு மகனுக்காக அழுவதா என்றுதான் திகைத்துக் கொண்டிருக்கிறேன்."

(ஹாஸ்ரா, ராக்கால் போன்றோரிடம் தம் பிரேமைப் பித்து பற்றி பேசும்போது பரமஹம்ஸர் ஞானம் அடைவதற்கும் படிப்பிற்கும் தொடர்பில்லை. ஞானிகளுக்கு கனவு என்பது எப்படியோ அப்படியே விழிப்பு நிலையும் என்றார். "இறைவனே ஆத்திகர். அவரே நாத்திகர். உண்மையும் அவரே. உண்மையற்றவரும் அவரே. உறக்கம், விழிப்பு எல்லா நிலைகளும் அவருடையதே. அவர் எல்லா நிலைகளையும் கடந்தவர். இந்த உண்மையை நாம் உணர்ந்து கொண்டால் எல்லாக் குழப்பங்களும் நீங்கி விடும் என்றார்.

அப்போது உதாரணமாக மேலே சொன்ன கதையை அவர் கூறினார்.)

14

சமாதி

பிரம்ம நிலை பற்றி பரமஹம்ஸர் கூறுகிறார்.

''சமாதி நிலைகளில் பலவகை உண்டு. மக்கள் எண்ணுவது வேறு. நிஜத்தில் இருப்பது வேறு. அறியாமை காரணமாக மக்கள் சமாதிநிலை பெற்றவரை பல துயரங்கள் படுத்தி விடுகிறார்கள். ஆனால் சாதுக்கள் அதை உணர்வதில்லை. பூகைலாஸ் சாது சமாதி நிலை அடைந்தார். ஆனால் மக்கள் அவருக்கு புற உணர்வு உண்டாக்க நன்கு பழுக்கக் காய்ச்சிய இரும்பால் சூடு போட்டார்கள். தண்ணீரில் அமுக்கினார்கள். காதுகளில் குச்சியால் குடைந்தனர். இப்படிப்பட்ட சித்திரவதைகளில் அவர் இறந்தே போனார்.

''எதுவும் இறைவன் திருவுள்ளமே'' அந்த சாதுவின் மரணமும் இறைவனின் சித்தமே. வைத்தியர்கள் புட்டிக்குள்ளே மகரத்வஜம் தயாரிப்பார்கள். அந்த புட்டி மீது களிமண் பூசி அதை நெருப்பில் இடுவர். அப்போது உள்ளே இருக்கும் தங்கம் உருகி புட்டியில் போட்டிருக்கும் மற்ற பொருட்களும் கலந்து மகரத்வஜம் ஆகிவிடும். பிறகு வைத்தியர் புட்டியை எடுத்து மெல்ல அதை உடைத்து மகரத்வஜத்தை எடுப்பார். அதன் பிறகு புட்டி இருந்தால் என்ன? உடைந்தால் என்ன?''

அதுபோல் சாதுக்கள் உள்ளே பிரம்ம நிலை எய்தவே கடும் தவத்தில் மூழ்குகின்றனர். உள்ளொளி கண்ட பின்பு வெளியே இருக்கும் உடம்பு இருந்தாலும், போனாலும் அவர்கள் கவலைப்படுவதில்லை. இறை அனுபூதி கண்டபின் இந்த உடல் இருப்பதும் இல்லை.

15

பொய்த்தவ வேடம்

ஓரிடத்தில் தோட்டம் ஒன்று இருந்தது. மிகப் பெரிய தோட்டம் அது. ஏராளமான மரங்கள் செடிகள், கொடிகள் எனக் காடுபோல் நெடுந்தூரம் பரவியிருந்தது அது. அந்தத்தோட்டத்தின் சொந்தக்காரன் எல்லாத்தாவரங்களுக்கும் நீர் பாய்ச்ச வேண்டும் என்பதற்காகப் பெரிய குளம் ஒன்றையே வெட்டியிருந்தான்.

வெளியார் யாரும் இல்லாததாலேயே அந்தக் குளத்தில் மீன்கள் கூட்டம், கூட்டமாகப் பெருகி விட்டன. அதில் பெரிய பெரிய மீன்கள் துள்ளி விளையாடின.

மீனவன் ஒருவன் இதைக் கண்டு விட்டான். உடனே அவன் மனதில் ஒரு எண்ணம் தோன்றியது. இரவில் எவரும் இல்லாதபோது சத்தமின்றிக் குளத்திலிருந்த மீன்களை முடிந்த அளவு பிடித்துவிட அவன் திட்டமிட்டான்.

அன்றிரவு தோட்டத்தில் புகுந்த மீனவன் பெரிய வலை ஒன்றைக் குளத்தில் வீசினான். தற்செயலாக அங்குவந்த ஒரு வேலையாள் அதைப் பார்த்து விட்டு ஓடிப் போய் சொந்தக்காரரிடம் சொன்னான்.

உடனே ஏராளமான வேலையாட்கள் தீப்பந்தங்களுடன் நான்கு திசைகளிலும் கூச்சலிட்டபடி ஓடி வந்தனர். மீனவனுக்கு உதறல் கண்டது. வலையை அப்படியே போட்டு விட்டு ஓடினான்.

எனினும் தப்ப வழியில்லை. சட்டென்று அவன் மனதில் ஒரு எண்ணம் மூண்டது. உடனே தன் உடைகளை அவிழ்த்து சுருட்டி புதர் மறைவில் போட்டான். இப்போது அவன் இடையில் சிறு துணி மட்டும்தான் இருந்தது. அவன் அவசரமாகத் தன் தலையை அவிழ்த்து விட்டான். உடல் முழுவதும் சாம்பலைப் பூசிக்கொண்டு ஒரு மரத்தடியில் கண்மூடி பத்மாசனம் போட்டு அமர்ந்து விட்டான்.

வந்தவர்கள் பார்த்தனர். யாரோ ஒரு மகான் தோட்டத்தில் எழுந்தருளியிருப்பதாக ஊரெங்கும் தகவல் பரவியது. மறுநாள் ஊர் முழுவதும் இந்தச் செய்தி பரவ மக்கள் கூட்டம் கூட்டமாக அங்கு வந்தனர். பழம், பூ, தேங்காய், இனிப்பு என காணிக்கை செலுத்திக் காலில் விழுந்தனர்.

இதைக்கண்ட மீனவனின் மனம் கசிந்தது. கூடவே அவன் உள்மனம் விழித்துக் கொண்டது. "சிறிது நேரம் துறவிபோல நடித்தேன். அதற்கே ஊரே என் காலடியில் விழுந்து வணங்குகிறது. உண்மையாகவே துறவு பூண்டால் எல்லா உலகங்களும் அல்லவா என்னைப்போற்றும். அதை விடவா இந்த உலக இன்பங்கள் பெரியவை?"

இப்படி நினைத்த அக்கணமே அவன் நிரந்தரமாகத் துறவியாகி விட்டான்.

(பக்தர் ஒருவர் பிரம்ம சமாஜ உறுப்பினர். அவர் பெயர் மணிலால். அவர் இறைவனை எவ்விதம் வழிபடுவது? நித்ய கர்மங்களை செய்யும் போது எங்கே தியானம் செய்ய வேண்டும் இறைவனை?" என்றார்.

அதற்குப் பரமஹம்ஸர், "தியானத்திற்கு மிகச்சிறந்த இடம் இறைவனே. அங்கே தவம் செய்" பொய்யான தவ வேடம் கூட மேன்மையளித்து விடும். இதய பாவனையே முக்கியம்" என்று கூறி அதற்கு உதாரணமாகவே மேற்சொன்ன குட்டிக்கதையை எடுத்துரைத்தார்.)

16

ஒரு உண்மைச்சம்பவம்

கதாதரர்- இறையுணர்வு எய்தியபின் அவரே ராமகிருஷ்ண பரமஹம்ஸர்.

அவரது அருள் அல்லது வழி காட்டுதல் நரேந்திரரை விவேகானந்தர் ஆக்கியது.

ஒரு நண்பர் அதுவும் எளிமையான பாமரமனிதர்- எல்லோரையும் போலவே கடவுள் பக்தி கொண்ட சாதாரண மனிதர் அவர்.

அவரிடம் அளவிடமுடியாத கடவுள் பக்தி குடிக் கொண்டிருந்தது. பக்தி என்ற ஒரு நிலையைத் தாண்டிய அதீத வெறியுணர்வு அவரிடம் இருந்தது.

அப்படி என்ன வெறி அவரிடம் இருந்தது என்கிறீர்களா?

வேறொன்றுமில்லை. ஏராளமான விக்கிரகங்கள் அவரிடம் இருந்தன. கிருஷ்ணன் பிரதிமை என்றால் குழந்தை கிருஷ்ணர், ஆலிலையின் மேல் கிருஷ்ணர், குழலூதும் கண்ணன், ராதா கிருஷ்ணன், சக்ராயுதபாணி... இப்படிப்பல வடிவங்களில் இருந்தன. அதேபோல் பலவகை சிவன்.. பலவகை அம்மன், காளி.. சண்டி... துர்கை.. பார்வதி... இத்யாதி... என ஏராளம். அவரது அறையில் பாதிக்கு மேல் இவைகளே இருந்தன.

அது மட்டுமல்ல. குளித்து பூஜை என்று ஆரம்பித்தால் இதை விட்டு விட்டோமே! அதை விட்டு விட்டோமே என்று பார்த்துப் பார்த்து ஒவ்வொரு விக்ரகத்துக்கும் தனித்தனியாக பூஜை செய்வார். அவர் தம் பூஜையை முடித்து எழவே பாதிநாள் ஆகிவிடும்.

இதைக் கண்டு சிரிப்பார் விவேகானந்தர். ''நண்பரே! பூஜை என்பது புறச் சடங்குகள் மட்டுமே. உள்ளேயிருப்பவன் இறைவன். அதை உணரவே இந்த சாதனங்கள். நீ செய்வது பூஜையல்ல. இடையன் ஆடுகளை எண்ணுவதுபோல் விக்ரகம் ஒவ்வொன்றையும் பார்த்து 'இதற்கு செய்தோமா, அதற்கு செய்தோமா' என்று எண்ணுவதிலேயே நீ கருத்தாய் இருக்கிறாய். இதனால் மனம் இறை அனுபூதி அடையாது. பலசரக்குக் கடைக்காரன் படியால் அரிசியை அளந்து கொட்டுவது போல் உனக்கு விக்ரகங்களை எண்ணவேதான் நேரம் சரியாயிருக்கும்.''

என்னதான் விவேகானந்தர் சொன்னாலும் அந்த நண்பர் கேட்கமாட்டார்.

ஒரு நாள் திடீரென விவேகானந்தரின் மனதில் ஒரு எண்ணம். ''இந்த நபர் சுத்த அறிவிலி. நாம் சொல்வதை இவனால் புரிந்து கொள்ளவே முடியவில்லை. நம் சக்தியைப் பிரயோகித்து இவன் மனதை மாற்றினால் என்ன?

பத்மாசனமிட்டு அமர்ந்தார். மனத்தில் நண்பரின் உருவத்தைக் கொண்டு வந்தார். எண்ணங்களைக் குவித்தார்.

எங்கோ இருந்த நண்பர் திடும் என எழுந்தார். எல்லா விக்கிரகங்களையும் எடுத்துப் பெரிய கோணிப்பையில் போட்டுக் கட்டினார். தூக்க முடியாமல் தூக்கிக்கொண்டு தள்ளாடியபடி சென்றார்.

வழியில் ஒரு வீட்டின் திண்ணை மீது அமர்ந்து கொண்டிருந்த ராமகிருஷ்ண பரமஹம்ஸர் இதைக்கண்டார்.

''எங்கே போகிறாய் அப்பா?''

"இவற்றையெல்லாம் யமுனை நதிக்கரையில் வீசி எறியப் போய்க் கொண்டிருக்கிறேன்" என்றபடி நடந்தார் அந்த மனிதர். "நில்" என்றார் பரமஹம்ஸர். "நீ செய்யவில்லை இதனை உன்மனதுள் புகுந்து இப்படி செய்யும்படி சொல்வது யார் என நானறிவேன். நான் சொல்கிறேன். போ, உடனே திரும்பிப்போ, போய் உன் வீட்டில் பழையபடி இவற்றை வை."

அவரது சொற்கள் அந்த மனிதனைத் திரும்பச் செய்தன. அடுத்து, "நரேன்!" என்றார் பரமஹம்ஸர் கோபமாக. "என்ன வேலை இதெல்லாம்?" என்று கடிந்து கொண்டார்.

குருவின் குரல் விவேகானந்தரின் மனதை எட்டியது. தியானம் கலைந்து பதறி எழுந்தோடி வந்தார்.

பரமஹம்ஸர் அவரைப் பலவாறு கடிந்து கொண்டார்.

"அறியாமையில் உள்ளவன் ஞானம்பெற உதவலாமே தவிர சக்தியை செலுத்தி எந்த மனிதனையும் மாற்றக்கூடாது. இனி நீ எக்காலத்திலும் எவர் மீதும் எந்த சக்தியையும் செலுத்தக் கூடாது. அதேபோல் சித்து வேலைகளும் செய்யக்கூடாது. தீவிர நிஷ்டையும் வேண்டாம். உன் மரணத்திற்கு மூன்று தினங்களுக்கு முன்பு நீ பிரம்ம (சமாதி) நிலை எய்துவாய். அதுவரை உனக்கு நிஷ்டை வேண்டாம். மரத்தடியில் அமரும் இன்னொரு துறவியல்ல நீ. இதுபற்றிய விழிப்புணர்வு உலகெங்கும் ஏற்பட வேண்டும். அதற்கு ஏற்றபடி உன் பாதையை செப்பனிடு. போ. உன்னால் இளைஞர் சமுதாயமே பிரக்ஞை அடையட்டும்."

இந்நிகழ்ச்சிக்குப் பின்பே நம் விவேகானந்தர் பிரயோக முறைகளையெல்லாம் விட்டு விட்டு திக் விஜயம் தொடங்கினார்.

17

கிணற்றுத் தவளை

தவளை ஒன்று ஒரு கிணற்றைத் தாண்ட முயன்றபோது முடியாமல் தவறி அதனுள் விழுந்து விட்டது. கிணறோ மிக ஆழமான கிணறு. அதில் படிகளோ தூரம் தூரமாக அமைந்திருந்தன. ஆனால் கிணற்றில் தண்ணீர் நிறைய இருந்தது.

தவளையால் எவ்வளவோ முயன்றும் கரையேற முடியவில்லை. அதனால் அதிலேயே வாழ்ந்து சில முட்டைகளை இட்டுவிட்டு அது செத்துப் போனது.

முட்டைகள் பொரிந்து தலைப் பிரட்டைகள் வெளிப்பட்டன. விரைவில் அவையும் பெரிதாகி தவளைகள் ஆகிவிட்டன.

வேறொரு தவளை எங்கிருந்தோ அந்த வழியாக தத்தித்தத்தி வந்து கொண்டிருந்தது. உண்மையில் அது கடலில் இருந்து வந்த தவளை. நாள் கணக்கில் பயணம் செய்து கடலிலிருந்து நெடுந்தூரத்திற்கு வந்து விட்டது அது.

வழியில் பள்ளமாக கிணறு ஒன்று தென்படவே அதன் விளிம்பிலிருந்தபடி உட்புறம் எட்டிப் பார்த்தது கடல் தவளை.

மேலே ஏதோ அசைவு தென்படவே கிணற்றுத் தவளைகள் குதூகலமாகி விட்டன.

''யார் அது?'' என்றது ஒரு கிணற்றுத் தவளை.

''நானும் உங்களைப் போலதான்.'' என்றது புதிய தவளை.

"எங்கிருந்து வருகிறாய்?"

"நானா? நான் கடலிலிருந்து வருகிறேன்."

"கடலா? அது எப்படி இருக்கும்?"

"ரொம்பப் பெரியதாக இருக்கும்."

"இவ்வளவு பெரிசாக இருக்குமா?" இரு கைகளையும் விரித்தது கிணற்றிலிருந்த ஒரு தவளை.

"இன்னும் பெரியது."

என்று கடல் தவளை சொல்ல கிணற்றுத் தவளை மறுபடி கைகளை விரித்துக்காட்ட... இப்படியே வாதம் தொடர்ந்தது.

"தம்பி! உன் கிணறு போல் பலகோடி மடங்கு பெரியது கடல்."

"பொய்" என்றது கிணற்றுத் தவளை. "இந்தக் கிணற்றை விடப் பெரியது எங்கும் கிடையாது."

கடல் தவளை திரும்பிப் போக முற்பட்டது.

"ஏன் ஓடுகிறாய்?" கேலி தென்பட்டது கிணற்றுத் தவளையின் குரலில்.

"அப்பா! நீ கடலைப் பார்க்காத வரையில் நான் என்ன சொன்னாலும் உனக்குப் புரியாது. கடலைக் காண வேண்டுமானால் நீ முதலில் கிணற்றைவிட்டு வெளியே வர வேண்டும். இதெல்லாம் நடக்கிற காரியமா? உன் வழி உனக்கு. என் வழி எனக்கு" என்றபடி கிளம்பிப் போனது கடல் தவளை.

(பார்க்காதவரை ஒருவன் எதையும் புரிந்து கொள்ள முடியாது. ஆத்மஞான அனுபவம் அடைந்தவன் எவ்வளவுதான் அதுபற்றி சொன்னாலும் அந்த அனுபவத்தை அடையாதவன் அதனைப் புரிந்து கொள்வது கடினமே. அதனால்தான் ஞானியர் பலரும் பல இடங்களில் அதுபற்றி விளக்க சிரமப்படுகின்றனர். அல்லது மவுனமாக விலகி விடுகின்றனர். இதனை விளக்க பரமஹம்ஸர் சொன்ன அற்புதக் கதை இது.)

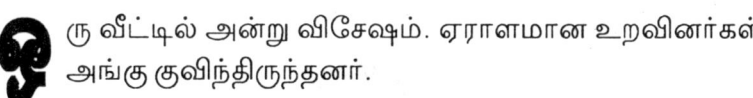

18

கணவன்

ஒரு வீட்டில் அன்று விசேஷம். ஏராளமான உறவினர்கள் அங்கு குவிந்திருந்தனர்.

வீட்டின் மூத்த மகளும் தனது கணவனுடன் அங்கு வந்திருந்தாள். அவள் கணவன் தன் வயது நண்பர்களுடன் வெளியறையில் அமர்ந்திருந்தான். பெண் உள்ளறையில் இருந்தாள். தோழிகள் பலரும் அவளைச் சூழ்ந்து கொண்டனர்.

“எங்கேடி உன் கணவர்?” என்றாள் ஒரு பெண் ஜன்னல் வழியே வெளியறையைப் பார்த்தபடி. சிரித்தபடி “அங்கேதான் இருக்கிறார்” என்றாள் மூத்த மகள்.

“அவரா?” என்று ஒருவனைக் காட்டினாள் அப்பெண். சிரித்தபடியே “இல்லை” என்றாள் இவள். இன்னொருவனைக் காட்டினாள். அவள், ம்ஹூம் என்று உதட்டைப் பிதுக்கினாள் இவள். “இவரா?” என்று வேறொருவனைக் காட்ட தலையசைத்தபடி மறுத்தாள் இவள்.

இப்படியே ஒவ்வொரு மனிதரையும் அவள் சுட்டிக்காட்ட இல்லை, இல்லை என்று மறுத்தபடியே இருந்தாள் இவள். கடைசியில் அவன் கணவனை சுட்டிக் காட்டிய தோழிப் பெண், “இவனா?” என்று கேட்க அவள் மறுக்கவுமில்லை, தலையசைக்கவும் இல்லை. மாறாக வெட்கத்துடன் தலை குனிந்து மவுனமாகி விட்டாள்.

(ஆத்ம சமர்ப்பணம்தான் உண்மையான இறைநிலை. மற்றவையெல்லாம் உடன் வருபவை. யாகம், பூஜை, மந்திரம், சடங்கு என எவை வந்தாலும் மனம் மறுத்துக் கொண்டேயிருக்கிறது. உண்மையான பிரம்மநிலை வந்ததும் மனம் மௌனமாகி விடுகிறது. இதை விளக்க பரமஹம்ஸர் சொன்னது இந்தக் கதை.)

19

நிறங்கள்

ஒருவன் துணிகளுக்கு சாயம் தோய்ப்பவன். அவனிடம் பலரும் தினமும் வருவர். “எனக்குப் பச்சை நிறமான துணி வேண்டும்” என்பான் ஒருவன். இன்னொருவனோ சிவப்பு நிறத்தில் ஆர்வம் கொண்டவன். மற்றொருவன் மஞ்சள் தான் புனிதமானது என்பான். காவி நிறத்தை ஒருவன் வேண்டுவான். அடிப்படையில் எந்த நிறமுமற்றது துணி. அதை அவரவர் விரும்பிய வண்ணத்தில் அவன் தோய்க்கிறான்.

இறைவன் எந்த ரூபமும் அற்றவர். அவரை வேண்டி சாதனை புரிபவன் எந்த வடிவத்தில் காண்கிறானோ அதேவடிவில் அவர் காட்சி தருகிறார்.

20

உவமைகள்

கொதிக்கிற எண்ணெய்யில் பச்சைப் பூரியைப் போட்டால் முதலில் தளதளவென்று ஓசை வரும். பொரிந்ததும் அந்த ஓசையானது நின்று விடும். உலக இன்பங்களிலிருந்து மனித மனம் ஆன்மீகத்தை நாடும்போது ஆரம்ப நிலையில் பல சோதனைகள் வரும். பின்பு அவை நின்று விடும்.

சிறிய நெருப்பில் ஒரு சிறு கட்டையைப் போட்டாலும் நெருப்பானது அணைந்து விடும். ஆனால் அதே சமயம் கொழுந்து விட்டு எரியும் நெருப்பில் வாழைமரத்தை வெட்டிப் போட்டாலும் நெருப்பு அணையாது. மாறாக வாழையும் சேர்ந்து சாம்பலாகி விடும்.

நெருப்பும் சூடும் போல் பிரம்மமும் சக்தியும் ஒன்றே. யாரிடம் ஞானம் உண்டோ அவரிடம் அஞ்ஞானமும் உண்டு. முள்ளை முள்ளால் எடுத்தால் இரண்டையும் எறிந்து விடுவது போல் ஞானத்தால் அஞ்ஞானம் மறைந்தபின் ஞானத்தையும் கடந்து சென்று விட வேண்டும். இல்லையேல் அஞ்ஞான அறியாமை இருந்த இடத்தில் ஞான அகந்தை அமர்ந்து கொள்ளும்.

இறை அனுபூதிக்குப்பின் கிரியைகள் யாவும் நகர்ந்து விடும். ஒருவன் கங்கையின் கரையில் வெறுமனே நின்று கொண்டிருந்தான். மற்றவர்களோ ஸந்தியாவந்தனம், ஜெபம் எல்லாம் செய்து கொண்டிருந்தனர். இவன் வெறுமனே

நிற்பதுகண்டு ஏன் என்று சிலர் கேட்டனர். அதற்கு இவன், ''எனக்குத் தீட்டு ஏற்பட்டுள்ளது. ஒரு தீட்டு அல்ல, இரண்டு தீட்டுக்கள். சாவுத்தீட்டு மற்றும் பிறந்த தீட்டு இரண்டும். என்னுடைய அறியாமை இப்போது இறந்து விட்டது. அதே சமயம் ஞானம் என்ற குழந்தை பிறந்து விட்டது. நான் எப்படி ஜெபம் செய்ய முடியும்?'' என்றான்.

''ஆசாரத்திற்கு அதிக முக்கியத்துவம் கொடுக்காதீர்கள். சாது ஒருவருக்கு தாகம் எடுத்தது. தண்ணீர் கொண்டு சென்ற ஒருவன் தனது தோல் பையிலிருந்து அவருக்கு, தண்ணீர் தரவந்தான். சாது அவனிடம், ''உன் பை சுத்தமானதா?'' என்று கேட்டார். அவனோ சிரித்தபடி, "என் பை சுத்தமாக இருக்கிறது. உங்கள் பைதான் நெடுங்காலமாக கழுவப்படாமல் இருந்ததால் ஏராளமாக அழுக்கு சேர்ந்துள்ளது. முதலில் அவற்றை நீக்கி சுத்தமாக்குங்கள்'' என்றான்.

தேனீ ரீங்காரம் செய்து கொண்டிருக்கும் பூவில் அமரும் வரை. அமர்ந்தபின் அந்த ரீங்காரம் நின்று விடும். இறை உணர்வு என்ற மலரில் அமரும்வரை மனம் ஓயாது இரைச்சலிட்டுக் கொண்டிருக்கும். அமர்ந்த பின் மவுனம் மட்டுமே அங்கு இருக்கும்.

ஒருவனுக்குப் பல பிள்ளைகள். பெரியவன் 'அப்பா' என்று அழுத்தம் திருத்தமாகச் சொல்வான். சின்னக் குழந்தையோ பா என்று அரைகுறையாகத்தான் சொல்லும். அது சரியாக உச்சரிக்கவில்லை. இருந்தாலும் தன்னைத்தான் அழைக்கிறது என அதன் தந்தை அறிவார். இறைவனைத் துதிக்கப் பக்திமயமான மனம்தான் முக்கியம். ஸ்தோத்திரங்களை ஸ்பஷ்டமாக உச்சரிப்பது, இலக்கணப் பிழையின்றி மனனம் செய்வது இவையல்ல முக்கியம்.

படகு கரையிலிருந்து கடல் நோக்கி செல்லும்போது படகோட்டி எழுந்து நின்றபடி துடுப்பை கவனமாகப் பிடிப்பான். அலைகள், காற்று முதலியவற்றைத் தாண்டி

ஆழமான கடலுக்குப் படகு சென்று விட்டால் அதன் பின்பு சாவகாசமாக அமர்ந்து பீடி புகைப்பான். ஆரம்பத்தில் மனம் சாதகம் செய்யும்போது தடுமாறாமலிருக்க மிகுந்த கவனம் தேவை. மனம் அடங்கி உலக சுகங்கள் விலகிய பின் நிம்மதியாக இருக்கலாம்.

ஆமை தண்ணீரில் இங்கும் அங்குமாய் நீந்தித் திரியும். ஆனால் அதன் கவனம் எல்லாம் கரை மீது இட்ட தனது முட்டைகளின் மேல்தான் இருக்கும். அதுபோல் இல்லறத்தில் எவ்வளவு கடமைகள் இருந்தாலும் எண்ணம் மட்டும் இறைவனிடம் தான் இருக்க வேண்டும்.

கைகளில் எண்ணெய் தடவிக் கொண்டுதான் பலாப்பழத்தை நறுக்க வேண்டும். இல்லையேல் பிசின் கைகளில் ஒட்டும். அதுபோல் பக்தி என்ற எண்ணெய்யைப் பூசிக்கொண்டுதான் இல்லறத்தில் ஈடுபட வேண்டும்.

ஹோமா என்னும் பறவையைப் பற்றி வேதங்கள் சொல்கின்றன. அதுவானில் உயரத்தில் வாழும். அங்கேயே முட்டையிடும். அதன் முட்டை ரொம்ப உயரத்திலிருந்து பூமியை நோக்கி வரும். அப்படி வரும்போதே முட்டை பொரிந்து குஞ்சுகள் வெளிப்படும். கீழ் நோக்கி வரவர அதன் கண்கள் திறக்கும். சட்டென இறகை விரித்து வானில் உயரப் பறந்து விடும். மனமானது அதுபோல் இருக்க வேண்டும்.

பெரிய மரக்கட்டை தானும் மிதக்கும். தன் மீது பல மனிதர்களையும் ஏற்றிச் செல்லும். சிறிய கட்டையாலும் மிதக்க முடியும். ஆனால் அதன் மீது ஏதேனும் ஏறினால் அது மூழ்கி விடும். குரு என்பவர் உறுதியான பெரிய மரக்கட்டை போன்றவர்.

21

நம்பிக்கையே சக்தி

ஒரு வியாபாரி. வாணிபம் செய்வதற்கு கடல் கடந்து போனான். அவனது வியாபாரம் முடிய பல நாள் ஆகிவிட்டது. திரும்பி வந்துபோது கப்பல் புறப்பட்டுப் போய்விட்டது. இனி அடுத்த கப்பல் அடுத்த பருவக்காற்று வீசும் போதுதான் அங்கு வரும்.

செய்வதறியாது திணறிப் போன வியாபாரி சாது ஒருவரை சந்தித்தான். அவரிடம் தன் குறையைச் சொல்லி அழுதான். சாது அவனைத் தேற்றினார். தான் ஒரு மந்திரம் எழுதித் தருவதாகவும் அதன் வலிமை அவன் கடலைக் கடக்க உதவும் என்றும் கூறி ஒரு ஓலையில் மந்திரத்தை எழுதி அதை ஒரு சுருளில் போட்டு அவன் இடுப்பில் கட்டினார்.

"இனி நீ தைரியமாக நீந்தலாம்" என்றார்.

வியாபாரி புதுத்தெம்புடன் கடலில் இறங்கி நீந்த ஆரம்பித்தான். சளைக்காமல் நீந்தினான். அவ்வப்போது இடையில் துணிச்சுருள் இருக்கிறதா என்று தொட்டுப் பார்ப்பான். மீண்டும் நீந்துவான்.

முக்கால் வாசிக்கும் மேல் கடலைக் கடந்து விட்டான் அவன். கரையை அடைய இன்னும் சில மைல்கள்தான் இருந்தன. கலங்கரை விளக்கம் கூடக் கண்களுக்குத் தென்பட்டது. இப்போது அந்த சமயத்தில் அவன் மனதில் ஒரு ஆசை ஏற்பட்டது. அப்படி என்ன இருக்கிறது இந்த ஓலையில். அதைப் பார்த்தால்தான் என்ன என்ற எண்ணம் ஏற்பட்டது. வர வர அந்த எண்ணம் வலுப்பெற்றது. கடைசியில் ஆசையை அடக்கமாட்டாமல் ஓலையை எடுத்துப் பார்த்தான். அதில் எழுதியிருந்தது ஒரே வரி நம்பிக்கையே சக்தி என்று அவ்வளவுதான்.

'பூ! இவ்வளவுதானா?' என்று நினைத்ததான் வியாபாரி. கொஞ்ச நேரத்தில் அவன் கைகள் சளைக்க ஆரம்பித்தது. கடைசியில் மூழ்கியும் போனான் அவன்.

(ஞானம் அடைய முழு நம்பிக்கை தேவை. வைராக்கியம் தேவை. அவநம்பிக்கை கூடாது. இதை உணர்த்த பரமஹம்ஸர் சொன்ன கதை இது.)

22

எல்லாம் கடவுளே

காட்டில் துறவி ஒருவர் வசித்து வந்தார். அவரிடம் சீடர்கள் பலரும் குருகுலவாசம் செய்தனர்.

துறவி போதனை செய்தார்.

"எல்லாம் இறைவன் செயலே. இவ்வுலகில் எல்லாமே இறைவன்தான். இறைவன் பொருள்களை ஏது மட்டும் படைத்தார் என்று எண்ணாதீர்கள். அவரே பொருள் களாகவும் இருக்கிறார். படைப்பதும் அவரே. படைக்கும் செயலும் அவரே. படைக்கப்பட்டவைகளும் அவரே "ஆபோ நாரயண".

"ஆபோ நாராயண என்றால் என்ன சுவாமி?"

சீடன் ஒருவன் கேட்கவும் துறவி சொன்னார்.

"ஆபோ நாராயண என்றால் தண்ணீரும் நாராயணனே. மேகமாக வருபவரும் அவரே. தாகமாக வருவதும் அவரே. காணும் பொருட்கள் எல்லாம் கடவுளே. ஆகவே நாம் அவரை எல்லோரிலும் காண வேண்டும். அது போலவே எல்லோரையும் பணிவுடன் வணங்க வேண்டும்."

அன்று கேள்வி கேட்ட அந்த சீடன் ஹோமத்திற்கு சமித்துகள் சேகரிக்கக் காட்டிற்குச் சென்றான். அங்கே திடீரென ஒருவன் கூவியபடி ஓடிவந்தான். அவன் குரல் காடெங்கும் ஒலித்தது.

"ஓடுங்கள் யார், யார் எங்கிருந்தாலும் ஓடுங்கள் மதயானை வருகிறது."

உரத்த குரலில் கத்தியபடி ஓடினான் அந்த மனிதன். அதைக் கேட்டு எல்லோரும் நான்கு புறமும் சிதறி ஓட ஆரம்பித்தார்கள்.

சீடனோ கொஞ்சமும் கவலைப்படவில்லை. குருவின் உபதேசம் அவன் மனதில் தெளிவாக இருந்தது. எல்லாம் நாராயணனே! யானையும் நாராயணனே! அப்படியிருக்க நாம் ஏன் ஓட வேண்டும்.

இப்படி நினைத்தபடி பரவசமாகக் கைகூப்பி நாராயண துதிப் பாடல்களைப் பாடியபடி இருந்தான் அவன். யானை அவனைத் தன் துதிக்கையால் தூக்கி விசிறி அடித்தது. உடல் முழுதும் காயமாகி மூர்ச்சையாகி விடடான் அவன்.

செய்தி கேட்டு துறவி வந்தார். நினைவு திரும்பிய சீடனை விசாரித்தார்.

''நீங்கள்தானே எல்லாம் நாராயணன் என்றீர்கள் சுவாமி? யானையும் நாராயணன்தானே என்று பேசாமலிருந்தேன்.''

குரு சொன்னார்.

''முட்டாளே! யானை நாராயணன்தான். அதற்கு முன்பே யானைப்பாகனும் நாராயணன்தானே! அவன் எல்லோரையும் எச்சரித்தானே! ஏன் அந்தக் குரலை நீ ஏற்கவில்லை? அதையும்தானே கேட்டிருக்க வேண்டும்''?

('ஆபோ நாராயணா!' தண்ணீரும் நாராயணனே! ஆனால் சில தண்ணீர்தான் பூஜைக்குப் பயன்படும். சில தண்ணீரைக் குடிக்கலாம். சில குளிக்க, துணி துவைக்க பயன்படும். சில தண்ணீர் எதற்கும் பயன்படாதவகையில் அசுத்த மாயிருக்கும். அதுபோல் நன்மை தீமை அனைத்தும் நாராயணனே. தீயவர்கள் துஷ்டர்கள் இவர்களிலும் நாராயணன்தான் இருக்கிறார். ஆனால் அவர்களுடன் குலாவ் முடியாத தீயவர்களுக்கு பதில் தீமை செய்யக் கூடாதே தவிர அவற்றை மேலும் வளர்ப்பதாகவோ, நியாயப்படுத்துவதாகவோ நம் செயல்கள் அமையக் கூடாது. இதற்கு உதாரணமாக பரமஹம்ஸர் நோபல் பாபுவிடம் இக்கதையைக் கூறினார்.)

23

விஷமும் தற்காப்புக்கே

புல் வெளியில் சிறுவர்கள் சிலர் மாடுகளை மேய்த்துக் கொண்டிருந்தனர். அங்கே கொடிய விஷப்பாம்பு ஒன்று வசித்து வந்தது. அந்தப் பாம்பிடம் உள்ள பயத்தினால் அனைவரும் மிகுந்த எச்சரிக்கையோடிருந்தனர்.

ஒரு நாள் அந்த வழியே பிரம்மச்சாரி ஒருவர் வந்தார். சிறுவர்கள் அவரிடம் சென்று ''ஐயா! தாங்கள் அந்த வழியாகப் போகாதீர்கள். அங்கே கொடிய விஷநாகம் ஒன்று உள்ளது'' என்றார்கள். இதைக்கேட்ட பிரம்மச்சாரி, ''பிள்ளைகளே! அது பாட்டுக்கு இருந்து விட்டுப் போகட்டும். எனக்கு பயமில்லை. ஏனெனில் நான் மந்திரங்கள் கற்றவன்'' என்றார்.

புல்வெளியில் பிரம்மச்சாரி தொடர்ந்து நடந்தார். அவரது காலடியோசை கேட்ட பாம்பு சீறிக்கொண்டு பாய்ந்து வந்தது. பிரம்மச்சாரியை அது நெருங்கியதும் அவர் மந்திரம் ஒன்றை உச்சரித்தார். அவ்வளவுதான்! சீறி வந்த பாம்பு மண்புழுபோல் சுருண்டு அவர் கால் அடியில் விழுந்தது.

பிரம்மச்சாரி அதனிடம் ''ஏன் நீ இப்படி மனிதர்களைத் துன்புறுத்திக் கொண்டு திரிகிறாய் உனக்கு நான் மந்திரோபதேசம் செய்கிறேன் வா. அதன் மூலம் உனக்கு பக்தி ஏற்படும். பாவங்கள் அகலும்'' என்றார்.

மந்திரோபதேசம் பெற்ற பாம்பு அவரை வணங்கியது. இனி யாரையும் தீண்டாதே என்று அதனிடம் கூறிவிட்டு பிரம்மச்சாரி தன் வழியே போனார்.

சில நாட்கள் சென்றன. அந்தப்பாம்பு எவரையும் துன்புறுத்துவதில்லை என்பதை சிறுவர்கள் கண்டனர். அதனால் அவர்களிடம் பயம் நீங்கி அதை நெருங்கும் துணிவு

அதிகரித்தது. ஒருவன் அதன் மீது கல் எறிந்தான். மற்றவர்கள் அதைக் கம்புகளால் அடித்தனர். ஒருவன் அதன் வாலைப் பற்றி சுழற்றி தரையில் அடித்தான். இதனால் அதன் வாயிலிருந்து ரத்தம் பீறிட்டது.

அன்றிலிருந்து பாம்பு வெளியில் வரவே பயந்தது. அதன் உடம்பெல்லாம் அடிபட்டு சின்னாபின்னமாகி விட்டது. சரியான உணவின்றி அது எலும்பும் தோலுமாய் மெலிந்து போனது.

ஓராண்டு சென்றதும் அந்த வழியாக வந்த பிரம்மச்சாரி பாம்பைக் கண்டார். அதன் உடல் மெலிந்து நடக்கவும் தெம்பின்றி பரிதாபமாகக் கிடந்ததைக் கண்டார். பரிவுடன், "என்ன நடந்தது? என்று வினவினார் அவர்.

பாம்பு நடநததையெல்லாம் சொன்னது. இதைக்கேட்ட பிரம்மச்சாரி, "சீ! சீ இவ்வளவு முட்டாளா நீ? உன்னை யாரையும் கடிக்க வேண்டாம் என்று தானே சொன்னேன்? சீறக் கூடாது என்று சொல்லவில்லையே?" என்றார்.

அடுத்த நாள் பாம்பு வெளியில் சென்றது. பாம்பைக் கண்ட சிறுவர்கள் கூச்சலிட்டபடி ஓடிவந்தனர். படமெடுத்த பாம்பு உஸ் ..ஸ்.. என்று ஒரு சீறு சீறவும் ஓட்டமாக ஓடி ஒளிந்தனர். அதன் பின்பு எவனுமே பாம்பின் வழிக்கு வரவில்லை.

(நல்லவனாக வாழ்வது வேறு. அப்பாவியாக இருப்பது வேறு. தீயவர்களின் கேடு நம்மை சூழாமலிருக்க சிறிது தமோகுணம் காட்டுவதும் அவசியமே. புலிக்குப் பற்களையும் நகங்களையும் கொடுத்த அதே கடவுள்தான் மானுக்குக் கால்களையும் அளித்திருக்கிறார். பாவம் செய்யாதிருக்கலாமே தவிர பயந்து கோழை ஆகிவிடக்கூடாது.

இவ்வாறு உபதேசம் செய்த பரமஹம்ஸர் அதற்கு உதாரணமாகச் சொன்ன கதை இது.)

24

இறையே பக்தி

இரண்டு யோகிகள் இருந்தனர். இருவருமே சாதனை செய்தவர்கள். சாதனை என்பதே புலனடக்கம், பிராணாயாமம் முதலியவற்றால் ஐம்புலன்களையும் வெல்லுவதாகும். இருவரும் புலன்களை வென்றவர்கள். இருவருமே அறிவாளிகள். எல்லா விஷயத்திலும் இருவரும் சமம்தான்.

இருவருக்குமிடையே ஒரு நாள் வாக்கு வாதம் மூண்டது. முதலில் சாதாரண வாக்குவாதமாகத் துவங்கியது. கடைசியில் போட்டி என்ற அளவிற்குப் பெரிதாகி விட்டது. போட்டிக்கு அடிப்படையான விஷயம் வேறு எதுவும் இல்லை. இருவரில் யார் சிறந்த பக்தர் என்ற விஷயம்தான்.

அப்போது நாரதர் அவ்வழியே வந்து கொண்டிருந்தார். இரு துறவிகள் உரத்த குரலில் சர்ச்சை செய்வது கண்டதும் உடனே அங்கே காட்சியளித்தார்.

நாரதரைக்கண்ட யோகிகள் இருவரும் அவரை விழுந்து வணங்கினர். அவர்களின் சர்ச்சையின் காரணத்தை வினவினார் நாரதர். இருவருமே தங்களில் யார் பக்தியில் சிறந்தவர்கள் என்று கேட்டனர்.

இதைக்கேட்ட நாரதர் சிரித்தார். "இவ்வளவுதானே உங்கள் பிரச்சனை? நான் தீர்த்து வைக்கிறேன். கவலைப்படாதீர்கள்" என்றபடி அங்கே அமர்ந்து கொண்டார்.

யோகிகள் இருவரும் நாரதரின் இருபுறமும் நின்று கொண்டனர். நாரதர் ஏதும் பேசவில்லை. மௌனமாக

இருந்தார். அவர் என்ன சொல்லப்போகிறார் என்று ஆவலுடன் சற்று நேரம் நின்ற இருவரும் அவர் ஏதும் சொல்லாமற் போகவே பேச்சை மெல்ல ஆரம்பித்தனர்.

''சுவாமி! தற்போது நீங்கள் எங்கிருந்து வருகிறீர்கள்?''

''வைகுண்டத்திலிருந்து'' என்றார் நாரதர்.

''அங்கே மஹா விஷ்ணுவைக் கண்டீர்களா?''

''ஆஹா! கண்டேன்.''

''பகவான் என்ன செய்து கொண்டிருந்தார்?''

''அவர் ஒரு ஊசியின் காதில் யானை, ஒட்டகம் போன்றவற்றை நுழைத்துக் கொண்டிருந்தார்.''

இதைக் கேட்ட ஒருவர் ''என்ன சுவாமி? வேடிக்கை செய்கிறீர்களா? நீங்கள் இதுவரை பகவானைக் கண்டதேயில்லை'' என்றார் கோபமாக.

மற்றொருவர் சொன்னார் ''இதிலென்ன வித்தை? கடவுளால் ஏதுவும் முடியும். இந்தனூண்டு விதையிலிருந்து இவ்வளவு பெரிய ஆலமரம் வருகிறதே! இதைவிடவா அது பெரிய விஷயம்'' என்றார்.

''நீரே சிறந்த பக்திமான். பக்தியின் அடிப்படையே நம்பிக்கைதான். சந்தேகம், அவநம்பிக்கை ஆகியவை வெறும் ஆணவ அறிவை மட்டுமே வளர்க்கும்'' என்றார் நாரதர்.

(சீக்கிய பக்தர்கள், அருவ வழிபாடு செய்யும் பிரம்மசமாஜ பக்தர்கள் அகியோர் நடுவில் பரமஹம்ஸர் பக்திதான் முக்கியமே தவிர மார்க்கம் அல்ல. மார்க்கங்களை ஆராய்பவன் வெறும் தர்க்க பண்டிதனாக மட்டுமே நின்று விடுவான். பக்தியில் மூழ்குபவன் மட்டுமே பகவானை அடைவான். சாஸ்திர அறிவு கூட சமயத்தில் இறைவனை அடையத் தடையாகி விடும். என்று சொல்லி உபதேசித்த கதை இது.)

25

இயல்பு

சாது ஒருவர் நதிக்கரையில் நீராடச் சென்றார். அங்கு அவர் கண்ட ஒரு காட்சி அவர் மனதை வருந்தச் செய்தது.

தேள் ஒன்று அங்கு தண்ணீரில் தத்தளித்துக் கொண்டிருந்தது. மேலே நீண்டிருந்த மரத்தின் கிளையிலிருந்து அது நழுவி விழுந்து விட்டிருக்கவேண்டும். எப்படியும் இன்னும் சற்று நேரத்தில் அதற்கு மரணம் ஏற்படப்போவது உறுதி.

மனம கசிந்து அவர் தண்ணீரில் கைவிட்டு அந்தத் தேளை வெளியே எடுத்தார். மறுகணம் தேள் அவர் கையில் பட்டென்று கொட்டியது. கையை அவர் உதறவும் மீண்டும் அது அதே தண்ணீரில் விழுந்து தத்தளித்தது.

சாது மறுபடியும் நீரில் கையைவிட்டு தேளை எடுத்தார். பழையபடி தேள் கொட்ட இவர் கையை உதற, மீண்டும் தேள் நீரில் தத்தளிக்க.. பல முறை தொடர்ந்தது. இந்தக் கதை

அங்கு வந்த ஒருவர் கேட்டார் ‘‘அதுதான் கொட்டுகிறதே? ஏன் அதைப் போய் காப்பாற்றுகிறீர்கள்?’’ என்று

இதைக்கேட்ட சாது சொன்னார்.

‘‘கொட்டுவது தேளின் சுபாவம். அதற்கு அதுதான் தெரியும். அதுபோல் உதவுவது என் சுபாவம். எனக்கும் அது மட்டும்தான் தெரியும்.’’

(தீயவர்களுக்கு உதவி செய்தால் பதிலுக்குத் தீமையே விளைந்தாலும் கூட சாதுக்கள் அதைப் பொருட்படுத்த மாட்டார்கள். தங்கள் கொள்கையில் திடமாக இருப்பார்கள். இதை விளக்க பரமஹம்ஸர் சொன்ன கதை.)

26

துறவி

இரண்டு துறவிகள் ஒரு ஊரில் இருந்தனர். இருவரும் முன்னர் நண்பர்களாக இருந்தவர்கள். இருவருக்குமே திடீரென்று ஒரு நாள் ஆன்மீகத்தில் நாட்டம் ஏற்பட்டது. இருவருமே ஒரே குருவிடம் தீட்சை பெற்றார்கள்.

இவர்கள் இருவரில் ஒருவர் பணக்காரக் குடும்பத்திலிருந்து வந்தவர். மற்றொருவர் சராசரி குடும்பத்தைச் சேர்ந்தவர். வசதியான குடும்பத்தை சேர்ந்தவர் தமது சொத்துக்களையெல்லாம் விட்டு விட்டாலும் அவரது பிள்ளைகள், உறவினர்கள், நண்பர்கள் எனப்பலரும் அவரை கவனித்துக் கொண்டனர். சாதாரணக் குடும்பத்தில் பிறந்தவரிடம் துறவியான பின்பு ஒரு மண்பானை, இரண்டு உடைகள் ஒரு விரிப்பு ஆகியவைதான் இருந்தன.

இந்தத் துறவி அடுத்தவரைப் பற்றி அடிக்கடி ஏளனம் செய்வார். ‘பணக்கார முனிவர்’ என்றுதான் அவரை அழைப்பார் அவரைப்பற்றிக் குறிப்பிடும் போதெல்லாம். ‘‘அவர் வசதியைப் பார்த்தீர்களா?’’ என்று வருபவரிட மெல்லாம் சுட்டிக் காட்டுவார்.

‘‘மாளிகையில் வசிப்பவர் துறவியா? அறுசுவை உணவு கிடைக்கும் நிலையில் ஒருவர் துறவியாவது என்பது நடக்கக் கூடிய காரியமா? காவி கட்டிவிட்டதாலேயே ஒருவன் துறவியாகி விட முடியாது. இவர்களால்தான் துறவு என்ற

சொல்லே அவமானகரமான விஷயமாகி விடுகிறது" என்பார் ஆக்ரோஷமாக.

ஒரு நாள் இருவரும் சந்தித்துக் கொண்டனர்.

சரியான சந்தர்ப்பம் கிடைத்தது என்று எண்ணிய இவர் உடனே அவரை மட்டம் தட்ட ஆரம்பித்தார்.

"நீர் செய்வது உமக்கே அழகாயிருக்கிறதா? துறவு பூண்ட நீர் மாளிகையில் வசிக்கிறீர். மூன்று வேளை

உணவருந்துகிறீர். ஆடம்பரமாக வாழ்கிறீர். இதுதான் துறவிகளின் இலக்கணமா?"

"தவறுதான்" என்றார் அவர். "நான் எவ்வளவு சொன்னாலும் என் உறவினர்களும், நண்பர்களும் கேட்பதில்லை. அவர்கள் தொல்லையை என்னால் தாங்கவே முடியவில்லை."

"அப்படிப்பட்டவர்கள் நடுவில் ஏன் இருக்க வேண்டும். காசி, கயா என்று கிளம்பலாமே!"

"நல்ல யோசனை" என்றார் அவர் மகிழ்ச்சியாக.

"வாருங்கள். நாம் இருவரும் சேர்ந்தே போகலாம். இப்போதே, இப்படியே புறப்படுவோம்."

"இப்படியேவா?" என்றார் இவர் திகைப்புடன். "கொஞ்சம் பொறுங்கள். நான் போய் என் உடைகள், விரிப்பு, மண்பானை இவற்றை எடுத்து வந்து விடுகிறேன்."

இதைக்கேட்டு கடகடவென்று சிரித்தார் அடுத்தவர். "கேவலம் ஒரு மண்பானையைக் கூட விட முடியாத நீங்களா பற்றுக்களை விடப்போகிறீர்கள்? உடைகளையே விட்டுவிட மனதில்லாத உமக்கு மாளிகை கிடைத்தால் விட மனம் வருமா? மனதளவில் இன்னமும் நீர் துறவு பூணவில்லை. பிறருடைய சொத்து சுகங்களைப் பற்றியே எண்ணும் உமக்குத் துறவு என்பது பற்றி நினைக்கவும் தகுதியில்லை நான் புறப்படுகிறேன்."

அவர் வடக்கே பயணப்பட இவர் வெட்கித் தலைகுனிந்து நின்றார்.

("துறவு என்பது இமய மலைக்குப் போவதல்ல. இதயத்தால் பூணுவதுதான். உள்ளத்தில் துறவு பூண்டவன் அரியணையில் இருந்தாலும் அது அவனுக்கு ஆடம்பரமாகத் தெரியாது. ஜனகர் அப்படித்தான் வாழ்ந்து காட்டினார்" என்று கூறி பரமஹம்ஸர் சொன்ன கதை இது. இதை விவேகானந்தரும் தமது உரையில் மேற்கோள் காட்டியுள்ளார்.)

27

ஞானம்

ஒரு ஞானி தன் இரு பிள்ளைகளையும் ஒரு குருவிடம் அனுப்பி வைத்தார். அவர்கள் இருவரையும் நல்ல கல்வி மான்களாக்கித் தன்னிடம் அனுப்பும்படி ஞானியிடம் கேட்டுக்

கொண்டார். ஞானியிடம் அளவற்ற மதிப்பு வைத்திருந்தவர் அந்த குரு. அதனால் மகிழ்ச்சியுடன் இரு பிள்ளைகளையும் தம் சீடர்களாக ஏற்றுக் கொண்டார். தான் அறிந்த எல்லா வித்தைகளையும் அவர்களுக்குக் கற்றுக் கொடுப்பதாக உறுதியளித்தார்.

சில ஆண்டுகள் சென்றன. குரு தன் வாக்குப்படியே எல்லா சாஸ்திரங்களையும் இரு பிள்ளைகளுக்கும் கற்பித்தார். இருவரும் நல்ல அறிஞர்களாயினர். எல்லா வித்தைகளிலும் தேர்ச்சி பெற்றனர். இருவரும் தங்கள் வீட்டிற்குத் திரும்ப வந்தனர்.

ஞானி தன் பிள்ளைகளைப் பார்த்து மகிழ்ந்தார். அவர்கள் என்னென்ன கற்றார்கள் என்று கேட்டார். மூத்த மகனிடம், "மகனே! பிரம்மம் என்பது என்ன?" என்று வினவினார்.

அவன் வேதங்களிலும், உபநிடதங்களிலும் இருந்து நிறைய மேற்கோள்கள் காட்டி எடுத்து விளக்கினான். பெருமூச்சு விட்டத் தந்தை இளையவனிடம் அதே கேள்வியைக் கேட்டார். அவன் மவுனமாகத்ச ால குனிந்தான்.

சிரித்த ஞானி "நல்லது நீ கற்று விட்டாய். உன் படிப்பு முடிந்து விட்டது. உள்ளேபோ" என்றவர், மூத்தவனிடம், "உன்படிப்பு முடியவில்லை. நீ போய் இன்னும் சிறிது காலம் குரு குல வாசம் செய்" என்று அனுப்பினார்.

('பிரம்மத்தை உணரலாம். விளக்க முடியாது. பிரம்ம நிலை அடைந்தவன் மவுனமாகி விடுவான். அறியாதவர்கள் மட்டுமே அது பற்றி வாதம் செய்து கொண்டிருப்பார்கள்' என்ற பரமஹம்ஸர் இக்கதையை உதாரணம் காட்டினார்.)

28

பிரம்ம நிலை

பிரம்மம் என்பது என்ன?

பரமஹம்ஸர் கூறுகிறார்.

"உப்பு பொம்மை ஒன்று கடலின் ஆழத்தை அளக்கச் சென்றது. கடல் எவ்வளவு ஆழம் என்பதை அறிந்து அது எல்லோருக்கும் சொல்ல ஆசைப்பட்டது. ஆனால் என்ன நடந்தது? கடலில் இறங்கியதுமே அது கரைந்து காணாமல் போய் விட்டது."

சமாதி நிலையில்தான் ஒருவன் பிரம்ம ஞானம் பெறமுடியும். அந்த நிலையில் அவனிடம் சிந்தனையே அற்று விடும். அவன் மௌனியாகி விடுவான். விளக்கும் சொற்களும் விளக்கம் தரும் ஆற்றலும் அவனிடம் இருக்காது.

ஒருவன் கடலைப் பார்த்து விட்டு வந்தான். ஊரார் அவனிடம் கடல் எப்படி இருந்தது? என்று கேட்டார்கள். அதற்கு அவன் சொன்னான் "அடேயப்பா! எவ்வளவு நீளம்! எவ்வளவு அகலம்! எவ்வளவு பெரிய அலைகள்! சுருண்டு, சுருண்டுவரும் ஏராளமான அலைகள். அப்பப்பா! கண்ணுக்கெட்டிய தூரம் நீலப்பரப்பு."

உண்மையில் அவன் பார்த்தது கரையில் நின்றபடி. அதுவும் அவன் கண்ணுக்கெட்டிய தூரம் வரைதான். ஆனால் நிஜமான கடலின் பரப்பில் லட்சத்தில் ஒரு பங்கைக் கூட அவன் காணவில்லை. பிரம்மம் என்பது அப்படிப்பட்டது.

மனிதனின் கண்ணோ மனமோ அதன் பிரம்மாண்டத்தை உணரவே முடியாது.

''ஒரு இடத்தில் சர்க்கரையானது சிறு குன்றுபோல் குவிந்திருந்தது. எறும்பு ஒன்று அதைக் கண்டதும் ஓட்டமாக

ஓடிவந்தது. சர்க்கரை பூராவைவும் விழுங்கி விட வேண்டும் என்பது அதனுடைய ஆசை. ஆனால் ஒரே ஒரு துணுக்கை விழுங்கியதுமே அதன் வயிறு நிரம்பி விட்டது. மற்றொரு துணுக்கை வாயில் கௌவிக் கொண்டு இழுக்க முடியாமல் இழுத்துச் சென்றது. அப்படி செல்லும்போது அது மனத்தில் எண்ணிக் கொண்டது'' திரும்பி வந்து இந்தக் குன்றையே எடுத்துச் சென்றுவிட வேண்டும் என்று .

ஆன்மீகத்தை நாடி வருபவர்கள் அனைவருமே இது போன்ற உணர்வுகளுடன் தான் வருகின்றனர். பிரம்மம் என்பது வாக்கினாலோ, உடலினாலோ அடையக் கூடியதல்ல. எழுதியோ படித்தோ தெரிந்து கொள்ளக் கூடியதும் அல்ல.

ஒரு குடத்தைத் தண்ணீரில் அழுத்தினால் அதன் உள்ளே நீர் பாயும் போது 'பளக்' 'பளக்' என்ற சப்தம் ஏற்படும். ஆனால் குடம் முழுதும் நீர் நிரம்பி விட்டால் அந்த ஓசை நின்று விடும். ஆன்மீகப் பாதையில் ஒருவன் ஈடுபடும்போது அவன் மனதில் தான் பெரும் மகானாகிவிட்டதாக ஆரவாரம் ஏற்படும். உண்மையான ஞானம் மனதில் நிரம்பியதும் எல்லா ஆரவாரமும் அடங்கி விடும்.

எல்லையற்ற வானமும், எல்லையற்ற கடலும் நீலமாகவே தென்படுகின்றன. இரவில் இரண்டும் கடுமையாகவே காணப்படுகின்றன. அதனாலேயே ஞானிகள் கடவுளை நீலமாகவும், கருமையாகவும் உருவகித்தனர்.

வெள்ளமாகப் பெருகிக் கரைபுரண்டோடுகிறது கங்கை நதி. அதேபோல்தான் யமுனையும் இன்னும் பல ஆறுகளும் இவையெல்லாம் கடைசியாகப் போய் கடலில்தான் கலக்கின்றன. கலந்தபின் கடல் நீரிலிருந்து 'இது கங்கை நீர், அது யமுனை நீர்' என்று பிரிக்கமுடியுமோ? எல்லாமே அதன் பின் கடல் நீர்தான்.

எத்தனை ஆறுகள் வந்து கலந்த போதிலும் கடல் நீரின் மட்டம் உயருவதில்லை. கோடை காலத்தில் இவை வற்றிப் போனாலும் கடல் மட்டம் ஒரு அடி கூடக் குறைவதுமில்லை. இவை அங்கிருந்தே வந்தன. அங்கேயே போய்க் கலக்கின்றன. அதுபோன்றதுதான் பிரம்மமும்.

29

எல்லாம் ஒரே நிறம்தான்

ஒருவன் காலையில் எழுந்ததும் தோட்டத்திற்குள் சென்றான். கொஞ்ச நேரம் கழித்து அங்கிருந்து அவன் திரும்பி வந்தபோது அவன் முகம் ஆச்சரியத்தில் ஆழ்ந்திருந்தது.

அவன் சென்னான்: ''நான் தோட்டத்தில் ஒரு பிராணியைப் பார்த்தேன். அது அப்போது ஒரு பாறைமேல் இருந்தது. அப்போது அதன் தோற்றமும் பாறைபோலவே பழுப்பாயிருந்தது. ஓணான் வடிவத்தில் ஆனால் அதைவிடப் பல மடங்கு பெரிதாயிருந்தது.''

அதைக் கேட்ட இன்னொருவன் சொன்னான் ''நானும்தான் அதைப் பார்த்தேன். ஆனால் அது ஒன்றும் பழுப்பு நிறத்திலில்லை. அதன் நிறம் பச்சை. அது எனக்கு நிச்சயமாகத் தெரியும்.''

''இல்லை. பழுப்புதான்'' என்றான் இவன்.

''கிடையாது. பச்சைதான்'' என்றான் அவன்.

''நான் இப்போதுதான் பார்த்து விட்டு வருகிறேன்.''

''நான் காலையிலேயே பார்த்தேன்.''

இருவருக்கும் வாக்குவாதம் வலுத்தது. இருவரும் தங்கள் கட்சியையே அடித்துப் பேசினார்கள். கூச்சலைக் கேட்டு உள்ளிருந்து பெரியவர் ஒருவர் வந்தார்.

"பிள்ளைகளா! என்ன விஷயம்? எதற்கு இந்தக் கூச்சல்?"

இருவரும் அவரிடம் விஷயத்தை சொன்னார்கள். சொல்லி விவாதத்தின் காரணத்தையும் சொன்னார்கள். பிறகு.

"நீங்கள் சொல்லுங்கள். அது பச்சையா, பழுப்பா?" என்று அவரிடம் கேட்டார்கள். விஷயத்தைக் கேட்டதும் சிரித்தார் அவர். நீங்கள் இருவர் சொல்வதும் தப்பு. நேற்று நானே பார்த்தேன். அது செம்மண் நிறத்தில் இருந்தது.

நேரிலேயே பார்த்து விட முடிவு செய்து மூவரும் ஒன்றாகச் சென்றனர். அங்கே அவர்கள் கண்ட காட்சி நம்பமுடியாததாய் இருந்தது. அந்த ஓணான் சாம்பல் நிறத்தில் இருந்தது.

"இது என்ன விந்தை!" என்றனர் மூவரும்.

"இதில் ஒரு விந்தையுமில்லை" என்றான் அங்கிருந்த ஓர் ஆள். அவன் காட்டில் வசிப்பவன் அவன் சொன்னான்.

"நீங்கள் மூவர் கண்டதுமே உண்மைதான். இதன் பெயர் பச்சோந்தி. இதற்கென்று எந்தத் தனி நிறமும் கிடையாது. எங்கே இருக்கிறதோ அந்த இடத்திற்கேற்றபடி இதன் தோல் தானாகவே நிறம் மாறும்."

(இறைவனுக்கென்று தனிப்பட்ட உருவம் எதுவும் கிடையாது. ஆனால் அவர் எல்லா வடிவமும், எடுக்கக் கூடியவர். யார் யார் அவரை எப்படிக் காண்கிறீர்களோ அப்படியே அவர் காட்சியளிப்பார். அவருக்கு எந்தவிதமான குணமும் கிடையாது. ஆனால் எல்லாக் குணங்களிலும் வெளிப்படக் கூடியவர். அதனால்தான் பக்த கபீர்தாஸ் 'அருவம் என் தந்தை உருவம் என் தாய்' என்று கூறுகிறார். எல்லாம் அவனே என உணர்ந்து தெளிவதுதான் உண்மையான பக்தியின் அடையாளம் என்று கூறிய பரமஹம்ஸர் அதற்கு எடுத்துக் காட்டாக மேற் சொன்ன கதையை ஒரு பிரம்ம பக்தருக்கு சொன்னார்.)

30
எது பக்தி

அடர்ந்த காட்டின் வழியே மூன்று பேர் சென்று கொண்டிருந்தார்கள்.

மூவரும் நெருங்கிய நண்பர்கள். ஒருவருக்கொருவர் சுவாரஸ்யமாகப் பேசிக் கொண்டே அவர்கள் பயணம் செய்து கொண்டிருந்தனர். திடும் என உறுமல் சத்தம் கேட்கவும் எதிரே பார்த்தனர். அங்கே கம்பீரமான ஒரு வேங்கை நின்று கொண்டிருந்தது.

"ஐயோ! நாம் இன்றோடு தொலைந்தோம்" என்றான் முதல் நபர்.

"ஏன்? கடவுள் இருக்கிறார். அவர் காப்பாற்றுவார். உடனே பிரார்த்தனை செய்வோம்" என்றான் இரண்டாவது நபர்.

"ஏன் வீணாக கடவுளுக்குக் கஷ்டம் கொடுக்கிறீர்கள்? வாருங்கள். இந்த மரத்தின் மீது ஏறிக்கொள்ளலாம்" என்றான் மூன்றாம் நபர்.

ஐயோ என்றலறிய முதல் நபர் சிந்தனை இல்லாதவன். அவனுக்கு இறைவன் புற்றி எதுவும் தெரியாது. இரண்டாம் நபர் ஞானம் உள்ளவுன். மூன்றாவது நபர்தான் பிரேமபக்தி கொண்டவன். பிரேமை உள்ள இடத்தில்தான் அன்பு பெருகும். அன்பு உள்ள இதயம் அன்புக் குரியவருக்குக் கஷ்டம் தர விரும்பாது. சர்வ வல்லமை கொண்ட கடவுளானாலும் அவரைக் கூடக் கஷ்டம் கொடுக்க விரும்ப வில்லை இந்தமனம். இத்தகைய பிரேமபக்தி கொண்டவர்கள் அனைருமே இறைவனால் நேசிக்கப்படுவார்கள்.

(பக்தியில் எது உயர்ந்தது என்று கேட்டபோது பிரேமைதான் உயர்ந்த பக்தி என்று குறிப்பிட்ட பரமஹம்ஸர் மேலே சொன்ன கதையையும் விளக்கத்தையும் சொன்னார்.)

31

மனமே ஆலயம்

இரு நண்பர்கள் ஒன்றாகப்பழகி வந்தனர். இருவரும் நெருங்கிய நண்பர்கள் என்றாலும் வெவ்வேறு இயல்புடையவர்கள். ஒருவன் அங்குள்ள ஆசிரமத்தில் இருப்பவன். இன்னொருவனோ கீழ் மக்களுடன் பழகுபவன்.

ஆசிரமத்தில் அடிக்கடி பலவிதமான யாகங்களும், பூஜைகளும் நடக்கும். அதைப்பற்றி அவன் தன் நண்பனிடம் சொல்லுவான். நண்பனோ, விலை மாதர்களுடனும், சூதாடிகளுடனும் பழகுபவன். அங்கே நடக்கும் சண்டை, சச்சரவுகளை இவனிடம் விவரிப்பான்.

இருவரும் ஒரே நாளில் மரணம் அடைந்தனர். கால தூதர்கள் இருவரது உயிரையும் எடுத்துச் சென்றனர். இவர்களின் வாழ்க்கை ஏடுகளைப் புரட்டிப் பார்த்த தருமதேவதை கீழ்மக்களுடன் பழகியவனை சுவர்க்கத்திற்கு அனுப்பியது. ஆசிரமத்தில் இருந்தவனை நரகத்திற்கு அனுப்பியது.

''என்ன அநியாயம்? நான் மகான்களுடன் இருந்தவன்'' என்று அலறினான் அவன். உண்மை. உன் உடல் ஆசிரமத்தில் இருந்தது. ஆனால் உன் மனமோ சதாசர்வகாலமும் உன் நண்பனின் கேளிக்கைகளை எண்ணி ஏங்கியது. அவனோ கீழ்மக்களுடன் இருந்தாலும் ஆசிரம

வாழ்வையும், யாகங்களையும் எண்ணி ஏங்கிக் கொண்டு இருந்தான்" என்றது தருமதேவதை.

(இறைவன் உடலைப் பார்ப்பதில்லை. மனதை மட்டுமே காண்கிறான். அகத் தூய்மையே மிக முக்கியம். புறப்பொருள்களை விட மனதின் பாவனையே ஒருவனை மோட்சத்தில் சேர்க்கும். இதைவிளக்கும் பரமஹம்ஸரின் அழகிய கதை இது.)

32

பாதை தெரியுது பார்

வழிப்போக்கன் ஒருவன் தனியாகப் பயணம் செய்ய நேர்ந்தது. அவனுக்குத் துணைக்கு வர எவரும் இல்லை. அதுவோ அடர்ந்தகாடு. அவனும் அப்பகுதிக்குப் புதியவன். இருந்தாலும் அவன் உத்தேசமாக மனதுக்குள் இதுதான் நாம்போக வேண்டிய பாதை என்று கணக்கிட்டுக் கொண்டு சென்று கொண்டிருந்தான்.

திடீரென மூன்று திருடர்கள் அவனை வளைத்துக் கொண்டு தாக்கினார்கள். எதிர்பாராத இந்தத் திடீர்த் தாக்குதலால் அவன் திகைத்துப் போய்விட்டான். அதற்குள் அவனை அடித்துப் போட்ட திருடர்கள் அவனிடமிருந்த எல்லா பொருட்களையும் கவர்ந்து கொண்டனர்.

''இவனை என்ன செய்யலாம்?'' இது ஒருவனின் கேள்வி. அதற்கு இன்னொருவன், ''இவனை இப்படியே விடக்கூடாது கொன்று விடுவோம்'' என்று கூறி வாளை ஓங்கினான்.

அதற்குள் அவனைத்தடுத்த மற்றவன் ''வேண்டாம். இவனைக் கொல்வதால் நமக்கு என்ன லாபம்? இவன் கை கால்களைக் கட்டிப் போட்டுவிட்டு நாம் போய் விடுவோம்'' என்றான். அதன்படியே அவனைக் கட்டிப் போட்டுவிட்டு மூவரும் போய் விட்டார்கள்.

கொஞ்சநேரம் கழித்து மூன்றாவது நபர் திரும்பிவந்தான். வந்து பிரயாணியின் கை, கால் கட்டுகளை அவிழ்த்தான். முகத்தில் தண்ணீர் தெளித்து எழுப்பினான்.

“ஐயோ பாவம். ரொம்ப அடிபட்டுவிட்டதா? எழுந்திரு போகலாம்” என்று கூறி அவனை எழுப்பிக் கைத்தாங்கலாக நடத்தி அழைத்துச் சென்றான்

முதல் நபர் கொன்று விடலாம் என்றான். இரண்டாம் நபர் கட்டிப் போட்டு விடலாம் என்றான். மூன்றாம் நபரோ தனியாக வந்து உதவியும் செய்கிறான்.

பிரயாணிக்கு ஆச்சரியம். காட்டின் எல்லை வந்ததும் தூரத்தில் தெரிந்த கோபுர உச்சியைக் காட்டிய அந்த ஆள், “அதுதான் உன் ஊர்... போய் வா” என்றான்.

“ஐயா! உங்களுக்கு நன்றி. என் வீடு வந்து உணவருந்திப் போகலாமே?” என்றான் பிரயாணி.

“இல்லை நான் வரமுடியாது அங்கே. ஆகவே நீ போ” என்று கூறி திரும்பிக் காட்டினுள் போய் விட்டான் அந்த மூன்றாவது மனிதன்.

(உலக வாழ்வு ஒரு காடு-ஆத்மாதான் பிரயாணி. சத்வ, ராஜஸ, தாமஸ குணங்கள்தான் சூழ்ந்து தாக்கும் கள்வர்கள். தாமோ குணம் அழிக்க முனைகிறது. ரஜோ குணம் சம்சார பந்தங்களில் கட்டிப் போடுகிறது. சத்வகுணமே தவறுகளை அகற்றி மனிதனை இறைவனை நோக்கி அழைத்து வருகிறது. ஆயினும் சத்வ குணமும் ஒரு கள்வனே. இறை ஞானம் தர அதனால் முடியாது. பாதையைக் காட்டி விட்டு அது அங்கேயே நின்று விடும் . முக்குணங்களையும் கடந்த மனமே பிரம்மத்தை அடைகிறது.

பெரும் பாராட்டு பெற்ற பரமஹம்ஸரின் அற்புதக் கதைகளில் இதுவும் ஒன்று)

33

உண்டது யார்?

ஒரு முறை முனிவர் ஒருவர் ஆற்றின் கரையோரமாக வந்து கொண்டிருந்தார். அங்கே ஏராளமான பெண்கள் கும்பலாக நின்று கொண்டிருந்தனர். முனிவரைக் கண்டதுமே அவர்கள் வணக்கம் தெரிவித்தனர்.

"சுவாமி! தாங்கள் யாரோ?"

"என் பெயர் வியாசன் என்று சொல்வார்கள்." வந்திருப்பவர் பாரதம் எழுதிய வியாசர் என்றறிந்து மகிழ்ந்த அவர்கள் தாங்கள் பிருந்தாவன கோபிகைகள் என்பதைத் தெரிவித்தனர். அத்துடன் பழங்கள், இனிப்புகள், பால், வெண்ணெய் என்று ஏராளமாக அன்புடன் வழங்கினர்.

கோபியரின் அன்பில் மகிழ்ந்த வியாசர் அவற்றை உண்டார். அதன்பின் அவர்கள், "சுவாமி! யமுனையில் வெள்ளம் கரைபுரண்டு ஓடுகிறது. இங்கே படகுக்காரன் எவனும் இல்லை. நாங்கள் அக்கரை செல்ல வேண்டும். தாங்கள்தான் அதற்கு ஏதாவது வழி செய்யவேண்டும்" என்றனர்.

வியாசர் யமுனையிடம் சென்றார், "ஓ யமுனை நதியே! நான் இன்று உபவாசம் இருப்பது உண்மையானால் இந்த நீர் இரு பிரிவாகப் பிளந்து இவர்களுக்கு வழி விடட்டும்" என்றார். இதைக்கேட்ட கோபிகைகள் மலைத்தனர். இது

என்ன வேடிக்கை! இப்போது தானே நம் கண் எதிரில் பழம், பால், இனிப்புகள் எல்லாவற்றையும் சாப்பிட்டார்? உபவாசம் இருப்பதாக கூறுகிறாரே!

மறுகணம் அதைவிட அதிசயம் என்னும்படி யமுனை நதி இரண்டாகப் பிரிந்து வழிவிட்டது. எதிர்க் கரை வரையிலும் தரை தென்பட்டது. அதன் வழியே இறங்கி நடந்த கோபிகைப் பெண்கள் மறுகரையை அடைந்ததும் நதி முன் போல் தானே மூடிக் கொண்டது.

உண்டது வியாச முனிவரின் உடல்தானே தவிர அவர் மனம் அதில் இல்லை என்பதை கோபிகைகள் உணர்ந்து கொண்டனர்.

(எவனொருவன் விருப்பு, வெறுப்பின்றி தன் செயல்களைப் புரிகிறானோ அவனைப் பாவங்கள் அணுகுவதில்லை. அவன் பிறவிச் சுழலிலிருந்து விடுபடுவான்.

கீதையின் சாரமாகிய இதைப் பற்றி விவாதம் நடை பெற்றபோது ''இல்லறத்தில் ஈடுபட்ட மனிதர்களால் கடைத்தேற இயலுமா?'' என்று பக்தர் ஒருவர் கேட்கிறார். அப்போது பரமஹம்ஸர், ''ஏன் இயலாது? ஒரு மனிதன் எங்கிருப்பினும் அவன் மனம் அதில் லயிக்கவில்லை என்றால் அவனை அது தீண்ட முடியாது. உடலால் அடைய முடியாத பொன், பணம் போன்றவற்றை மனிதர்கள் கற்பனையில் சதா கனவு கண்டு ஏங்கியபடி இருக்கிறார்கள். அதனால் அவர்கள் அதனை அடையவில்லை என்று சொல்ல முடியாது. மனதால் ஒவ்வொரு விநாடியும் அதைத் துய்த்தபடி உள்ளனர். அதுபோல் மனதினால் ஆத்மஞானம் பற்றி இடைவிடாமல் ஒருவன் சிந்தித்தால் அவன் இல்லறத்தில் இருந்தாலும் அவன் இல்லறவாசி அல்ல'' என்று கூறியதுடன் மேற்கூறிய கதையையும் உதாரணம் காட்டி விளக்கினார்.)

34

ஆன்மா

"அலை தண்ணீரை சார்ந்தது. ஆனால் தண்ணீர் அலையை சார்ந்தது அல்ல. ஜீவன் பரமாத்மாவை சார்ந்தது. ஆனால் பரமாத்மா ஜீவாத்மாவை சார்ந்தது அல்ல."

அரசன் ஒருவன் சிம்மாசனத்தில் அமர்ந்திருக்கிறான். அங்கே வேலைக்காரன் ஒருவன் தன் கடமையை செய்து கொண்டிருக்கிறான். அவனது வேலைத்திறனில் மகிழ்ந்து போன மன்னன் அவனை அழைத்து, "வா இப்படி என் அருகே அமர்ந்து கொள்" என்கிறான். தயங்கிய சேவகனைப் பார்த்து, "பயப்படாதே. நான் கூட உன்னைப் போன்ற மனிதன்தான். நீயும் நானும் சமம். தைரியமாக உட்கார்" என்று சொல்கிறான்.

ஆனால் ஒரு சேவகன் அரசன் அழைக்காமல் தானாகவே சென்று சிம்மாசனத்தில் மன்னனுக்கு சமமாக அமரமுடியுமா? அல்லது "அரசே! நானும் உன்னைப்போல் ஒரு மனிதனே. நாம் இருவரும் சமம்தான் என்று சொல்ல முடியுமா?

"ஒரு ஜீவன் தனது யோக சாதனைகளால் அல்லது பக்தி பிரேமையால், அல்லது ஞானத்தால் பரமாத்மாவை கவர்ந்து விட்டால் பரமாத்மாவே அதனை அழைத்து தன்னில் ஐக்கியமாக்கிக் கொண்டு விடும். அப்படியின்றி தானாகவே ஆசாபாசங்களில் உழலும் ஜீவாத்மா தானே உயர்ந்து பரமாத்மாவை எட்டிவிட ஒரு போதும் இயலாது."

(ஜீவன் பரமாத்மாவுடன் ஐக்கியமாதல் பற்றி பரமஹம்ஸர் சொன்ன கதை இது.)

35
யானை

ஒரு கோவிலில் திருவிழா. அந்த விழாவில் கலந்து கொள்ள பல இடங்களிலிருந்தும் பலர் வந்தனர். அப்படி வந்தவர்களில் ஆறு குருடர்களும் இருந்தனர்.

இந்த ஆறு குருடர்களுமே ஊர் ஊராகப் போய் பிச்சை யெடுப்பவர்கள். இங்கே பெரிய திருவிழா என்றதுமே இதில் கலந்து கொள்ள அவர்கள் கிளம்பினார்கள். இவர்கள் ஒரே ஊர்க்காரர்கள் என்றாலும் ஒரே இடத்தைச் சேர்ந்தவர்கள் அல்ல. வேறுவேறு பகுதியில் இருப்பவர்கள்.

அந்த ஊரில் யாருமே யானையைப் பார்த்தது கிடையாது. ஆகவே இவர்கள் திருவிழாவுக்குப் போவதை அறிந்து ஊர் மக்கள் பலரும், "அங்கே யானை வருமாமே! அதை அவசியம் பாருங்கள். பார்த்து விட்டு வந்து சொல்லுங்கள் அது எப்படி இருந்தது என்று" என்றார்கள்.

ஆகவே ஆறு குருடர்களுமே எப்படியும் யானையைப் பார்த்து விடுவது என்று தீர்மானமே செய்து விட்டார்கள்.

திருவிழாவில் யானை இருக்குமிடத்துக்கு தங்களை அழைத்துச் செல்லும்படி வேண்டிக் கொண்டனர் அனைவரும் யானையின் அருகில் போனதும் ஆறுபேரும் யானையைத் தொட்டுத் தடவிப் பார்த்தார்கள்.

ஒருவன் யானையின் உடலைத்தனது கைகளால் தடவினான். ''யானை சுவர்போல இருக்கிறது'' என்று எண்ணிக் கொண்டான் அவன். அடுத்தவன் யானையின் காதுகளைத் தடவினான். ''அட! யானை முறம்போல் அல்லவா காணப்படுகிறது என்று நினைத்தான் அவன். இன்னொருவன் யானையின் தந்தங்களைத் தடவினான். யானை கூர்மையானது என்று முடிவுகட்டினான் அவன். வேறொருவன் யானையின் கால்களைத் தடவினான். யானை என்பது தூண் போன்ற பிராணி என்று அவன் எண்ணிக் கொண்டான். அடுத்தவன் யானையின் வாலைப் பிடித்தான். யானை என்பது கயிறு போன்ற வடிவம் கொண்டது என்று நிச்சயித்துக் கொண்டான் அவன்.

இப்படி எண்ணிக் கொண்ட ஆறுபேரும் அவரவர் வசித்த பகுதிக்கு சென்று ஆரவாரமாக, ''யானையைக் கண்டேன்'' என்றனர். அவர்கள் சொன்னதைக் கேட்ட மக்கள் யானை தூண் போன்றது, முறம் போன்றது என்றெல்லாம் எண்ண ஆரம்பித்தார்கள். ஆனால் எவருமே முழு உருவத்தைக் காணவில்லை. அப்படிக் காணவில்லை என்ற உண்மையையும் அவர்கள் உணரவில்லை.

(பரம் பொருள் எல்லையற்றது. அதனை ஓரளவுதான் ஞானிகளே உணரமுடியும். உணர்ந்ததை ஓரளவே சொல்ல முடியும். சொன்னதிலும் ஒரு பங்கையே மற்றவர்களால் புரிந்து கொள்ள முடியும்.

''ஏன் இத்தனை மதங்கள்? ஏன் இத்தனை வழிபாடுகள்? எது உண்மை? மக்கள் ஏன் இப்படிப் பிளவுபட்டுக் காணப்படுகின்றனர்? என்று கோஸ்வாமி என்பவர் எழுப்பிய கேள்விக்கு பரம்பொருள் பற்றிய நிலையை விளக்க பரமஹம்ஸர் மேற்கூறிய கதையைக் கூறினார்.)

36

தேவை

ஜெய்ப்பூரில் கோவிந்த் ஜீயின் கோயில் என்று ஒரு கோயில் இருந்தது. மிக சக்திவாய்ந்த ஆலயம் அது. சக்தி வாய்ந்த கோயில் என்றால் கேட்க வேண்டுமா? ஏராளமான மக்கள் அங்கு கூடுவது இயற்கை அல்லவா? அங்கு வேண்டுதல் செய்வது என்பது ஒரு விசேஷமாகவே இருந்தது மக்களுக்கு.

எந்தப்பிரச்சனை என்று வந்தாலும் சரி, ''கோவிந்த்ஜீ ஆலயத்திற்கு வேண்டிக் கொள்'' என்பார்கள். அந்தக் கோயிலின் பெருமையை உணர்ந்தவுடன். வேண்டிக் கொண்டவர்களும் தங்கள் பிரார்த்தனை நிறைவேறியதுமே ஆலயத்திற்கு வந்து நேர்த்திக் கடன் செலுத்துவார்கள்.

புதிதாக வேண்டிக் கொள்பவர்கள், வேண்டுதலை நிறைவேற்றுபவர்கள் என்று எந்நேரமும் அந்தக் கோயிலில் கூட்டம் நெரியும்.

அந்தக் கோயிலின் அர்ச்சகர்கள் பிரம்மச்சாரிகள். அதனால் ஆசாரமும், ஒழுங்கும் அவர்களிடையே நிரம்பியிருந்தன. அவர்கள் மகா தேஜஸ்விகளாயிருந்தனர். மக்கள் கூட்டம் நாள் பூராவும் நிரம்பி வழிந்ததால் ஓய்வு என்பதே இல்லாமல் காலப் போக்கில் அவர்களிடமும் சிடு சிடுப்பு, எரிச்சல் ஆகிய குணங்கள் சிறிது சிறிதாகக் குடியேற

ஆரம்பித்தன. அதன் விளைவாக பக்தர்களிடம் அலட்சியமாக நடந்து கொள்ளும் போக்கும் பரவ ஆரம்பித்தது.

அர்ச்சகர்களின் இந்த அலட்சியம் பக்தர்களில் பலரை மனம் புண்பட வைத்தது. காலப் போக்கில் கோயில் பற்றி ஏராளமான புகார்கள் மன்னனுக்குப் போக ஆரம்பித்தன.

கோயில் விஷயம் என்பதால் ஆரம்பத்தில் கோயில் விவகாரத்தில் தலையிடத் தயங்கிய மன்னன் நாளாக ஆக புகார்களின் எண்ணிக்கை அதிகரிக்கவே அவர்களை விசாரித்து அறிவுரை கூற எண்ணி அர்ச்சகர்களை வரும்படி சொல்லி அனுப்பினான்.

"நாங்கள் இறைவனின் சேவகர்கள். அரண்மனையில் எங்களுக்கு என்ன வேலை? உங்கள் அரசனை வேண்டுமானால் இங்கே வரச் சொல்" என்றார்கள் அர்ச்சகர்கள் அலட்சியமாக.

அரசன் வெகுண்டான். அவனை சமாதானப்படுத்திய மதி மந்திரி, "அரசே! பொறுமை. அவர்கள் தேவை என்பது இல்லாதவர்கள். அதை உண்டாக்கினால் போதும் தானே வந்து மண்டியிடுவார்கள்" என்று கூறி அவர்களுக்குத் திருமணம் செய்யும் ஏற்பாடுகளைக் கச்சிதமாக முடித்தார்.

சிறிது காலத்தில் அர்ச்சகர்களின் போக்கு மாறி விட்டது. "அரசே! இன்று கோயிலில் விசேஷம். தங்களுக்காக அர்ச்சனை செய்தோம். இதோ பிரசாதம்" என்று கூறிக் கொண்டு அரண்மனைக்கு வந்து நிற்பார்கள் அவர்களில் சிலர்.

"வீடு ஒழுகுகிறது மராமத்து செய்ய வேண்டும் என்று வந்து நின்றனர் சிலர். பிள்ளைகளுக்குப் படிப்புக்கு ஏற்பாடு செய்ய வேண்டும்" என்று உதவி கேட்டு வருபவர் சிலர். அது வேண்டும். இப்போது இதுவேண்டும் என்று அடிக்கடி அரசனைத் தேடி வர ஆரம்பித்தார்கள் அவர்கள். இப்போதெல்லாம் அரசனால் ஆணை இடாமலே அவன் ஆணையை சிரமேற் கொள்ளத் தயாராகி விட்டார்கள் அந்த அர்ச்சகர்கள் அனைவருமே.

('காமினி- காஞ்சனம் இரண்டுமே ஒரு மனிதனை முழுமையாக மாயாவலையில் வீழ்த்தி விடும். அதன் பின் அவனிடம் தன் சுயம் என்பதாக ஏதும் இருக்காது' என்று பரமஹம்ஸர் மேற்கூறிய கதையைத்தான் அதற்கு உதாரணம் காட்டினார்.)

37

முன் வினைப் பயன்

ஒருவன் அகோர வழிபாடு செய்பவன். அகோர வழிபாடு என்பது சுடுகாட்டில் செய்யப்படும் ஒரு வகை வழிபாடாகும். அவர்கள் சவங்களை வைத்து வழிபாடு செய்பவர்கள். அவர்களது சடங்குகளும் வழிபாட்டு முறைகளும் சற்றுப் பயங்கரமானதாயிருக்கும்.

அமாவாசை நள்ளிரவில் பல வகையான பூஜைக்குத் தேவையான பொருள்கள் அனைத்தையும் பரப்பி வைத்துக் கொண்டு அந்த மனிதன் சாதனை செய்து கொண்டிருந்தான். அவன் முன்னால் ஒரு பிணம் இருந்தது. அந்தச் சடலத்தின் மீது அமர்ந்து அவன் யோக சாதனையை ஆரம்பித்தான். அவன் முன்னால் ரண பத்ரகாளியின் விக்ரகம் இருந்தது.

தூரத்தில் மரத்தின் மேலிருந்தபடி ஒருவன் இதனைப் பார்த்துக் கொண்டிருந்தான். அவன் ஒரு வழிப்போக்கன். அவனுக்கு இந்த பக்தனின் உருவம் மட்டும்தான் தெரிந்தது. கீழேயிருந்த பிணம் அவன் கண்ணில் படவில்லை.

காட்டு வழியில் வந்த அவன் புலியின் உறுமல் கேட்டதும் பயந்து போய் மரத்தின் மீது ஏறிக் கொண்டான். அங்கு இருந்தபடி பார்த்தபோது காளி விக்ரகம் தெரிந்தது. மனதுக்குள் காளியை வேண்டியபடி அங்கிருந்தபடியே எல்லாவற்றையும் பார்த்துக் கொண்டிருந்தான் அவன்.

அகோர வழிபாடு செய்பவன் பூஜைக்குரிய முன்னேற்பாடுகளை முடித்து விட்டான். இனி பூஜை செய்வது

மட்டுமே பாக்கி. அந்த நிலையில் திடீரெனப் பாய்ந்து வந்த புலி ஒன்று அவன் கழுத்தைக் கவ்வி இழுத்துச் சென்று விட்டது.

புலியின் உறுமல் ஓசை கேட்டு மரம் ஏறிப் பதுங்கியிருந்தவன் கீழே இறங்கி வந்தான். கண் எதிரே புலி ஒரு ஆளைத் தூக்கிச் சென்றது அவனுக்கு வேதனையாயிருந்தது. உறுமல் சப்தம் கேட்டாவது இந்த மனிதன் பதுங்கியிருக்கக் கூடாதா என்று வருந்தினான்.

தான் உயிர் பிழைத்ததற்கு நன்றி செலுத்தும் விதமாகக் காளிக்கு தனக்குத் தெரிந்த அளவுக்கு பூஜை செய்தான். அவன் அப்படி பூஜை செய்த மறுகணமே அங்கே காளி தோன்றினாள், "கேள் மகனே! என்ன வேண்டும் உனக்கு" என்றாள்.

வியப்பும், குழப்பமும், பரவசமும் ஆகிய பல உணர்ச்சிகளால் திணறிய வழிப்போக்கன் கேட்டான். "தாயே! ஒரு சந்தேகம். இந்த பூஜைக்கு ஏற்பாடு செய்தது நானல்ல. வேறு ஒருவன். அவனைப் புலி தூக்கிச் சென்று விட்டது. ஆனால் எனக்கு உன் தரிசனம் கிடைத்திருக்கிறது. ஏன் இந்த முரண்பாடு?" என்று.

காளி தேவி சொன்னாள். "நீ இப்போது முறைப்படி எந்த பூஜையும் செய்யவில்லை. ஆனால் பல முன்பிறவிகளில் தொடர்ச்சியாகப் பல வித உபாசனைகள் செய்துள்ளாய். அது இப்போது பூர்த்தியானது. இது உன் முன் வினைப்பயன், அவன் முடிவு அவனது முன் வினைப்பயன்."

("பலர் இறைவனை அடையப் படாதபாடு படுகிறார்கள். சிலருக்கு ஏதும் செய்யாமல் இயல்பாகவே இறைவன் அருள் கிட்டி விடுகிறது. ஆயுள் பூரா பக்தர்களாயிருந்து அப்படியே காணாமல் போகிறவர்கள் ஏராளம். ஏன் இப்படி?" என்ற ஒரு பக்தரின் கேள்விக்கு பரமஹம்ஸர் முன் வினைப்பயன் பற்றி விளக்கி சொன்ன கதை இது.)

38

முன்னேறிச் செல்

ஒரு விறகு வெட்டி இருந்தான். பரம ஏழை அவன். அன்றாடம் விறகு வெட்டி எடுத்து விற்றுத்தான் அவன் பிழைப்பே நடந்து கொண்டிருந்தது.

ஒரு நாள் அவன் மரம் வெட்டி எடுத்துவரக் காட்டிற்கு சென்றான். வழியில் ஒரு மரத்தடியில் துறவி ஒருவர் அமர்ந்து தவம் செய்து கொண்டிருப்பதைக் கண்டான். வாய் பொத்தி, கை கட்டி மவுனமாக அவரது காலடியில் நின்று கொண்டிருந்தான் அவன்.

ரொம்ப நேரம் கழித்துக் கண் திறந்த முனிவர் விறகு வெட்டியைக் கண்டார். அவன் தன் துயரங்களை எடுத்துச் சொல்லி அவரிடம் ஆசி பெற எண்ணி வாயைத் திறந்தான். அவன் பேசும் முன்பே கையை உயர்த்தித் தடுத்த முனிவர், ‘‘முன்னேறிச் செல்’’ என்றார். அவனிடம் அதற்கு மேல் ஒன்றும் சொல்லாது கண்களை மூடிக்கொண்டு மீண்டும் தியானத்தில் ஆழ்ந்து விட்டார்.

முன்னேறிச்செல் என்று அவர் சொன்னதால் அதுவரை காட்டின் முகப்பிலேயே விறகு வெட்டிக் கொண்டிருந்தவன் நன்றாகக் காட்டின் உட்புறம் சென்றான். அங்கே சந்தன மரங்கள் இருப்பதைக் கண்டான். அதை வெட்டி விற்றதன் காரணமாக அவனுக்கு இப்போது நல்ல வருமானம் கிடைத்தது.

சிறிது காலம் சென்றது. துறவி நம்மிடம் முன்னேறிச் செல் என்று தானே சொன்னார்? இன்னும் முன்னால் போய்ப் பார்த்தால் என்ன? என்று எண்ணினான். இந்த எண்ணம் வந்ததும் இன்னும் நெடுந்தூரம் முன்னேறிச் சென்றான். அங்கே அவன் வெள்ளிச் சுரங்கத்தைக் கண்டான். அவ்வளவுதான். வெள்ளிப் பாளங்களை வெட்டி அவன் பெரிய பணக்காரன் ஆகி விட்டான்.

சிறிது காலம் சென்றது. இன்னும் சிறிது தூரம் உள்ளே சென்று பார்த்தால் என்ன என்ற எண்ணம் ஏற்பட்டது. மேலும் முன்னேறிச் சென்றான். அங்கே அவனுக்குத் தங்கச் சுரங்கமே கிடைத்தது. அதன்பின் அவன் குடும்பத்தினர் எல்லோருமே பெரும் பணக்காரர்களாகி விட்டனர். அந்தஸ்து, மதிப்பு எல்லாம் அவனைத் தேடி வந்தன.

ஆனால் இவன் மனதில் மட்டும் நிறைவு என்பது இல்லை. இன்னும் முன்னேறிச் சென்றான். இப்போது ஒரு வைரச் சுரங்கமே அங்கே இருப்பது தெரியவந்தது. அதைக் கொண்டு வந்து விற்றபின் அந்த நாட்டில் அவன்தான் பெரும் பணக்காரன் என்ற நிலை ஏற்பட்டது.

இப்போதும் அவன் மனம் நிறைவு பெறவில்லை. இன்னும் நெடுந் தூரம் முன்னேறிச் சென்றான். அங்கே ஓர் பெரிய ஆலமரம் தென்பட்டது. அதன் அடியில் அவன் ஏதும் பேசாமல் மௌனமாக அமர்ந்து விட்டான்.

("மனிதன் எது கிடைத்தாலும் திருப்தி அடைவதே இல்லை. ஒன்றைத் தேடி உள்ளம் ஓடும். அது கிடைத்தபின் அதை விட்டு விட்டு இன்னொன்றின் பின் அலையும். மேலும், மேலும் எது கிடைத்தாலும் மனநிறைவு வருவதே இல்லை. ஆனால் அந்த நிறைவு வந்து விட்டால் இவை ஏதுமே தேவைப்படுவதில்லை."

வித்யாசாகர் என்பவரிடம் இப்படிச் சொன்ன பரமஹம்ஸர் அதற்கு உதாரணமாக இந்த விறகு வெட்டி கதையைச் சொன்னார். அவனுக்கு எல்லாம் வேண்டும், வேண்டும் என்று தேடியவன் கடைசியில் தானே அவற்றை உதறி விட்டுத் துறவியாவதை விளக்கி மனம்தான் எல்லாவற்றிற்கும் காரணம் என்றார்.)

39

இடம்

இரண்டு சாதுக்கள் காசி நகருக்குப் புறப்பட்டார்கள். ஒருவர் ஒரு வழியாகவும் மற்றொருவர் வேறு மார்க்கமாகவும் காசியைச் சென்று சேர்ந்தார்கள்.

தங்குமிடம் தேடி அலைந்த ஒரு சாது ஒரு இடத்தில் இன்னொரு சாதுவைப் பார்த்து விட்டார். அவரோ நதி, வீதிகள், கடைகள், கோயில் என அனைத்தையும் பிரமிப்புடன் பார்த்துக் கொண்டு வந்து கொண்டிருந்தார். இருவரும் சந்தித்துக் கொண்டதும் ஒருவரை ஒருவர் குசலம் விசாரித்துக் கொண்டனர். பின்பு சேர்ந்து நடக்க ஆரம்பித்தார்கள்.

எல்லாவற்றையும் நின்று நின்று ரசித்தபடி வந்த சாதுவைக் கண்டு இவர், "எப்படி இதையெல்லாம் ரசிக்க உங்களால் முடிகிறது?" என்று கேட்டார்.

அதற்கு அவர் சொன்னார்: "ஐயா! நான் ஊருக்குள் நுழைந்ததுமே முதலில் தங்க ஒரு இடம் தேடி அதில் என் மூட்டை முடிச்சுக்களையெல்லாம் இறக்கி வைத்து விட்டேன். அதனால் நிம்மதியாக எல்லாவற்றையும் கண்டு மகிழ என்னால் முடிகிறது. நீங்களோ தலையிலும், தோளிலும் சுமைகளுடன் இருக்கிறீர்கள் இந்தத் தாங்க முடியாத சுமையுடன் நீங்கள் எப்படி மற்றவற்றைக் கண்டு ரசிக்க முடியும்?" என்று.

('நான்', 'எனது' போன்ற எண்ணங்களால் நிரம்பிய மனத்தால் இறைவனைக் காண முடியாது. மனதின் சுமைகளை இறக்கி வைத்து விட்டால் இறைவன் படைப்பின் ஒவ்வொரு அணுவையும் கண்டு பரவசம் அடைய முடியும். ஒவ்வொரு பொருளிலும் இறைவனை உணர்வதுதான் பிரம்ம நிலையை அடையும் முதல் வழி. இதனை விளக்க பரமஹம்ஸர் சொன்ன கதை இது.)

40

அவதூதர்

பரமஹம்ஸர் கூறுகிறார்:

“அவதூதர் என்பவர் இறைநிலை எட்டிய பின் அதனை மக்களுக்கு உணர்த்த இறங்கி வருபவர். தக்க குருவின் மூலம்தான் ஒருவன் இறை உணர்வு எய்த வேண்டும் என்பதில்லை. மனம் பக்குவப்பட்டால் எல்லாமே நம் குருதான்.

அவதூதர் ஒருவர் பருந்து, தேனி, பாம்பு போன்றவற்றைத் தம் குருவாகக் குறிப்பிடுகிறார் என்பதை அறிந்து கொண்டால் இயற்கையே பெரிய குரு என்பதனை நாம் எளிதில் உணரலாம்.

ஓரிடத்தில் மீனவர்கள் மீன் பிடித்துக் கொண்டிருந்தனர். பருந்து ஒன்று நிலத்தில் பாய்ந்து பெரிய மீன் ஒன்றைச் சட்டென்று தன் அலகால் கௌவி எடுத்துச் சென்றது. மீனைக் கண்டதும் நூற்றுக்கணக்கான காகங்கள் கா....கா., என்று கத்தியபடி அதைச் சூழ்ந்து கொண்டு அமளி துமளி செய்தன. பருந்து எந்த திசையில் சென்றாலும் காகங்கள் விடாமல் அதைத் துரத்திச் சென்றன. பருந்து தெற்கே சென்றால் காகங்களும் தெற்கே சென்றன. பருந்து வடக்கே சென்றால் காகங்களும் வடக்கே சென்றன. என்ன செய்வது என்று புரியாமல் திணறிய பருந்தின் அலகின் பிடி தளர்ந்ததும் அதிலிருந்த மீன் நழுவித் தரையில் விழுந்தது. உடனே எல்லா காகங்களும் பருந்தை விட்டு விட்டு மீனை நோக்கிப் பாய்ந்தன. ஒரு காக்கை மீனைக் கவ்விக் கொண்டு பறந்து செல்லவும் மற்ற காக்கைகளும் கத்தியபடி அதன் பின்னால் பறந்தன.

இதையெல்லாம் பார்த்துக் கொண்டு மரக்கிளையில் அமைதியாக அமர்ந்திருந்த பருந்து சிந்தித்தது. "ஓஹோ! இந்த மீன்தான் இவ்வளவுக்கும் காரணம். இப்போது அது என்னிடம் இல்லை. அதனால் நான் இப்போது நிம்மதியாயிருக்கிறேன்."

அந்தப் பருந்தையும் தன் குரு என்கிறார் அவதூதர். பாம்பு மற்றப் பிராணிகளைப் போல் உணவுக்காக பல மைல் தூரம் அலைவதில்லை. தேடித் துரத்துவதில்லை. அமைதியாக மரக்கிளையிலோ, புதரிலோ அது சுருண்டு இரைக்காகக் காத்துக் கொண்டு படுத்திருக்கிறது. தானாக இரை ஏதும் வந்தால் பற்றுகிறது. இல்லையேல் சும்மா கிடக்கிறது. இந்தப் பாடத்தைப் பாம்பு மூலம் கற்றதால் அதனையும் தன் குருவாக ஏற்கிறார் அவதூதர்.

தேனீ எல்லா மலர்களிலிருந்தும் அலைந்து திரிந்து தேனை சேகரிக்கிறது. ஆனால் பாவம் அதனால் அதற்கு பயன் ஏதும் இல்லை. யாருக்கோதான் அது பயன்படப் போகிறது. எனினும் அதற்காகத் தேனீ தேனைச் சேகரிக்காமல் இருப்பதில்லை. தினமும் அதிகாலை மலர்கள் மலரும்போதே அது தன் பணியைத் துவங்கி விடுகிறது.

பற்றற்றுக் கடமை புரிவது என்பதைத் தேனீ மூலம் உணர்ந்த அவதூதர் அதையும் தன் குருவாகவே எண்ணிப் போற்றுகிறார். இயற்கையைப் பாருங்கள். சுற்றிலும் கண்களை ஓட்டுங்கள். ஒவ்வொரு உயிரிலும் அடங்கியுள்ள சூட்சுமத்தைப் புரிந்து கொள்ள முயலுங்கள். இறைவனை அறிய இயற்கையை உணர்ந்து அதனுடன் ஒன்றுவதே சிறந்த வழியாகும்.

41

நேடாக்களும், நேடிகளும்

வீரபத்திரர் நித்யானந்த கோஸ்வாமி என்பவரின் மகன். இவர் அளவற்ற ஆற்றல்கள் நிரம்பியவர். அவரை நாடி வந்த சீடர்கள் பலரும் ஞானம் பெற்றார்கள். அவர்கள் மழித்த தலையுடன் விளங்கியதால் நேடாக்கள் என்று அழைக்கப்பட்டனர். கொஞ்சம் கொஞ்சமாக அவர்களது எண்ணிக்கை ஆயிரத்து முந்நூறு ஆகிவிட்டது.

இந்த 1300 பேரும் சித்தர்களாகவே ஆனார்கள். அதன்பின் வீரபத்ரர் மனதில் சிறு அச்சம் ஏற்பட்டது. 'இவர்களோ பிரம்மச்சாரிகள். இவர்களிடம் தவபலம் வேறு உள்ளது. இவர்கள் எங்கே போனாலும் அங்கே அச்சம்தான் ஏற்படுகிறது. மனிதர்கள் அறியாமையால் ஏதாவது தவறு செய்து விட்டால் இவர்களின் காரணமாக பெரும் துன்பமே ஏற்படும் அவர்களுக்கு. ஆதலின் இவர்களது சக்தி ஒரு கட்டுக்குள் இருக்க வேண்டியது அவசியம்' இவ்வாறு எண்ணிய வீரபத்திரர் 1300 நேடிகளை ஏற்பாடு செய்ய ஒருவரிடம் ரகசியக் கட்டளை பிறப்பித்தார். (நேடா என்பது ஆண்பால் என்றால் நேடி என்பது பெண்பால் ஆகும்.)

அவ்வாறே ஏற்பாடுகள் நடந்தன. தனது சீடர்களை அழைத்த வீரபத்திரர், ''என் அருமை சீடர்களே! இனி உங்களுக்கு ஒரு முக்கிய கட்டளை இடப்போகிறேன். அதற்கு முன்பாக எல்லோரும் போய்க் கங்கையில் குளித்து விட்டு பூஜைகளை முடித்து விட்டு வாருங்கள்'' என்றார்.

எல்லோரும் கங்கைக்கு சென்றனர். நீரில் மூழ்கி சமாதி நிலையில் ஆழ்ந்தனர். அவர்களுக்கு நீரின் மட்டம் உயர்ந்ததோ, வெள்ளம் தலைக்கு மேல் ஓடியதோ, பிறகு நீர் மட்டம் குறைந்ததோ ஏதும் தெரியவில்லை.

சமாதி நிலையில் ஆழ்ந்தபோது சிலர் குரு தங்களிடம் என்ன சொல்லப் போகிறார் என சிந்தித்தனர். அவர்கள் மனதில் அது காட்சி போல் தென்பட்டது. அஞ்சிய அவர்களில் நூறு பேர் குரு கட்டளையிட்டால் மீற முடியாது. அதனால் அவரை சந்திக்கவே வேண்டாம் என்று அப்படியே எழுந்து ஓட்டமாக ஓடினர்.

நூறுபேர் இப்படி ஓடியதும் எஞ்சியவர்கள் திரும்பினர். வீரபத்திரர் அவர்களிடம், ''இந்த 1300 நேடிகளும் உங்களுக்குத் தொண்டுபுரிவார்கள். நீங்கள் இவர்களை ஏற்க வேண்டும்'' என்றார். குரு கட்டளையை மீற முடியாமல் அவர்கள் சம்மதித்தனர். தங்களில் நூறுபேர் ஓடிவிட்டதையும் தெரிவித்தனர்.

இந்த 1200 நேடாக்களும் அந்த 1300 நேடிகளுடன் வாழ்ந்தனர். காலப்போக்கில் அவர்களது தேஜஸ் குறைந்து உள்மன சக்திகள் குன்றி விட்டன. ஓடிப்போன நூறுபேர் மட்டுமே சித்தர்களாக மிஞ்சினர்.

(பெண்ணாசை என்பது மனிதனின் மன வைராக்கியத்திற்கு இடையூறு. இல்லறத்திலிருந்து விலகிய பின்னரே சித்தர்கள் பலரும் பிரம்ம நிலை எய்தினர். பிரம்ம நிலை எய்திய பின் யாரும் இல்லறம் ஏற்க விரும்பமாட்டார்கள். இதற்கு உதாரணமாக நடந்த நிகழ்ச்சியைப் பரமஹம்ஸர் கூறினார்.)

42

காலிப்பானை

மனித தேகத்தை காலிப்பானைகளுடன் ஒப்பிட்டார் பரமஹம்ஸர்.

“ஒரு பானை இருக்கிறது. அதன் உள்ளே ஏதும் இல்லை. மூடி போட்டு வைத்திருக்கிறது. அதற்கு உள்ளே என்ன இருக்கிறது?” என்று கேட்டால் ‘ஒன்றுமில்லை’ என்று நாம் சொல்ல முடியாது. அது சரியான பதில் ஆகாது. உள்ளே காற்று இருக்கிறது என்பதே சரியான பதில்.

அதேபோல் வேறொரு பானை உள்ளது. அதுவும் காலிப்பானை தான். அதையும் மூடி போட்டு மூடியுள்ளது. அதனுள் என்ன இருக்கிறது? காற்றுதான்.

சரி இது எது? அது எது? என்று கேட்டால், இது இந்தப் பானையின் காற்று, அது அந்தப் பானையின் காற்று என்று சொல்லலாம். தவறில்லை. அதுவே இரு பானைகளும் உடைந்து விட்டால் அவற்றினுள் இருந்த காற்று என்ன ஆகும்?

அது வெளியேறி எங்கும் பரவியுள்ள காற்றுடன் கலந்து விடும். அந்த நிலையில் எந்தப் பானையின் காற்று எது என்று இனம் பிரித்துக் காட்ட முடியாது. மனித உடலும் அது போன்றதே. உன் உடலினுள்ளும் சக்தி இருக்கிறது. என் உடலினுள்ளும் சக்தி இருக்கிறது. இந்த காலிப்பானைகள் உடையும்போது அந்த சக்திகள் வெளியேறி மஹா சக்தியோடு இணைந்து விடும். அதன்பின் அவற்றை பிரிக்க முடியாது. எங்கும் பரந்துள்ள அந்த மகா சக்தியே பிரம்மம் ஆகும்.

43

சிரிப்பு

கடவுள் சிரிப்பது உண்டா?

இறைவன் என்பதே ஒரு அதீத நிலை. ஆனந்த பரவசமான நிலை அது. அதனால்தான் இறைநிலையை எய்தியவர்கள் எப்போதும் சிரித்த நிலையில் இருப்பார்கள். ஆனால் பிரம்மானந்த நிலை எனப்படும் இறைவன் சிரிப்பதுண்டா?

இறைவன் இரண்டு சமயங்களில் சிரிக்கிறார் என்கிறார் ராமகிருஷ்ண பரமஹம்ஸர்.

நோயாளியின் தாயாரிடம் வைத்தியன், ''எதற்கும் கவலைப் படாதீர்கள். நான் இருக்கிறேன். உங்கள் மகனைக் குணப்படுத்தி விடுகிறேன்'' என்று சொல்லும்போது கடவுள் ஒரு முறை சிரிக்கிறார்.

இவன் உயிரை அவர் கொண்டு போகப்போகிறார். அப்படியிருக்க இன்னொரு உயிரை 'நான்' பிழைக்க வைத்து விடுவேன் என்கிறானே என்று நினைத்து அப்போது அவர் சிரிக்கிறார்.

அதேபோல் இரு சகோதரர்கள் கயிறு பிடித்து அளந்து 'இந்தப்பக்க நிலம் என்னுடையது', 'அந்தப்பக்க நிலம் உன்னுடையது' என்று கூறும் போது கடவுள் இரண்டாம் முறையாக சிரிக்கிறார்.

இந்த உடலோ நிலையற்றது. உயிர் பிரியும்போது ஒரு துரும்பு கூட இறந்தவனோடு வரப் போவதில்லை. அண்டசராசரங்களும் இறைவனுடையதே. அப்படியிருக்க ஆறடியில் முடங்கி மக்கி மண்ணாகப் போகும் ஒருவன் 'இது என்னுடையது', 'அது உன்னுடையது' என்னும் போது இறைவன் இரண்டாவது முறை மனிதனின் அறியாமையை எண்ணிச் சிரிக்கிறார்.

44

கடவுளுக்கு அர்ப்பணம்

வேதியன் ஒருவன் கோயிலில் பூஜை செய்பவன். அவன் தினந்தோறும் சுவாமியின் சிலைக்கு அபிஷேக ஆராதனைகள் செய்வான். அவன் தினமும் நைவேத்தியம் செய்த பிரசாதத்தை பக்தர்களுக்கு வழங்கி விட்டு வீட்டிற்கு மீதியை எடுத்துச் செல்வான்.

ஒரு நாள் அவன் அவசர வேலையாக வெளியூர் செல்ல வேண்டி இருந்தது. மகனை அழைத்து, தான் வெளியூர் செல்லும் விஷயத்தைத் தெரிவித்து விட்டு, ''மகனே! இதனால் நமது கோயில் பூஜை நிற்கக் கூடாது. இன்று ஒரு நாள் மட்டும் நீ பூஜை செய். உனக்கு பூஜை முறை தெரியாது. அதனால் பரவாயில்லை. கோயிலின் திரையை மூடிவிட்டு நீர் ஊற்றிக் குளிப்பாட்டு. பிறகு பிரசாதத்தை நைவேத்யம் செய். கற்பூர தீபாராதனை காட்டு. அதுபோதும்'' என்றான்.

மறு நாள் சிறுவன் பாத்திரத்தில் உணவு எடுத்துக் கொண்டு கோயிலுக்குப் போனான். தந்தை சொன்னபடியே அபிஷேக ஆராதனைகள் செய்தான். தந்தை ஏற்கெனவே சொல்லியிருந்தார். எங்கே மகன் ஆசையால் சுவாமிக்கு நைவேத்தியம் செய்வதற்கு முன் தான் எடுத்து சாப்பிட்டு விடப் போகிறானோ என்ற கவலையில், ''மகனே! முதலில் சுவாமிக்குப் படைக்க வேண்டும். அவர் சாப்பிட்ட பிறகு தான் நாம் சாப்பிட வேண்டும்'' என்று.

மகனும் அதை நம்பி விட்டான். ஆகவே மகனும் முதலில் சுவாமிக்கு நைவேத்தியம் செய்தான். கடவுள் சாப்பிடுவார் என்று காத்திருந்தான். ஆனால் பலகாரம் அப்படியே இருந்தது. சுவாமி வரவில்லை. பலகாரத்தை சாப்பிடவுமில்லை. கலங்கிப் போன சிறுவன், "நான் சின்னப் பையன் என்பதால்தான் வராமல் இருக்கிறாயா? அப்பா மாதிரி எனக்கு மந்திரமெல்லாம் தெரியாது. ஆனால் கூடிய சீக்கிரம் கற்றுக் கொள்வேன்" என்றான். அப்படியும் சுவாமி வராததால் கடைசியில் கதி கலங்கி அழ ஆரம்பித்தான். அந்தக்கணமே இறைவன் தோன்றி, "அழாதே!" என்று சொல்லி எல்லாவற்றையும் சாப்பிட்டு விட்டார்.

வெறும் பாத்திரத்துடன் வந்த மகனைக் கண்டு அம்மா குழம்பினாள். "எங்கேடா பலகாரம் எல்லாம்?" என்று அவள் கேட்க மகனும் "எல்லாம் சாமியே சாப்பிட்டு விட்டார்" என்றான்.

வீடு திரும்பிய தந்தை இது கேட்டு கடும் கோபம் கொண்டான். பொய் சொல்வதாக எண்ணி பையனைப் பிரம்பால் வெளுத்து விட்டான். அன்று வீட்டில் யாரும் சாப்பிடவில்லை. முழுப்பட்டினி கிடந்தார்கள். மகனோ தூக்கத்திலும் தேம்பியபடி, "நான் பொய் சொல்லவில்லை அப்பா, சாமிதான் சாப்பிட்டார். வேண்டுமானால் நீயே கேட்டுப்பார்" என்று புலம்பினான்.

குழம்பிய தந்தை மறுநாள் இது என்ன மர்மம் என்று கண்டறிய உறுதி கொண்டான். மறுநாள் காலை எழுந்ததுமே, "மகனே! நான் இன்றைக்கும் ஒரு வேலையாக வெளியே போக வேண்டும். அதனால் இன்றும் நீயே பூஜை செய்" என்று சொல்லிவிட்டு வெளியே போய் விட்டான். அவன் வேறு எங்கும் போகவில்லை. கோயிலுக்குச் சென்று ஒரு மறைவான இடத்தில் பதுங்கிக் கொண்டான்.

உச்சி வேளையாகியது. பையன் துணி மூடிய பாத்திரத்துடன் வந்தான். நேரே கர்ப்ப கிரகத்துக்குள் சென்றான். திரையை இழுத்து விட்டான். பதுங்கி சப்தமில்லாமல் வந்து நின்ற தந்தை மெல்ல ஒரு இடுக்கு வழியே நடப்பதை எல்லாம் கண்காணித்துக் கொண்டிருந்தான்.

மகன் சுவாமிக்கு அபிஷேகம் செய்தான். பிறகு "நான் இனிமே உங்க கூட பேச மாட்டேன்" என்றான் கடவுளிடம். "நேற்று நீ எல்லாவற்றையும் சாப்பிட்டு விட்டாய், அப்பா என்னை அடித்தார். உன்னாலதான் நான் அடிவாங்கினேன்" என்றான்.

தந்தை வியப்புடன் பார்த்துக் கொண்டிருந்தான். கொஞ்ச நேரத்தில் உண்மையாகவே கடவுள் தோன்றி சாப்பிடுவதைக் கண்டதும் அவனுக்கு மயக்கமே வந்தது.

தான் செய்வது வெறும் சடங்கு என்பதையும், ஏதும் அறியா மகனின் பூஜையில்தான் உள்ளார்ந்த ஆத்மீக அன்பு இருக்கிறது என்பதையும் தெளிவாக உணர்ந்தான் அவன்.

("மன ஒருமைப்பாடு இல்லாத பூஜை வெறும் சம்பிரதாயமே. அதனால் எந்தவித பலனும் இல்லை. மனம் ஒருமித்து விட்டால் அங்கே பூஜையே தேவையில்லை. எவன் மனம் தான் என்ற நினைவழிந்து சங்கமிக்கிறதோ அங்கே இறைவன் தோன்றுவான். அப்படிப்பட்டவர்களே சித்தரில் சித்தர் ஆவர். பெரும்பாலான சடங்குகளில் வெறும் சம்பிரதாய செயல்கள்தான் உண்டே தவிர உள்ளே அவ நம்பிக்கைதான் அதிகமாக இருக்கும். சடங்குகளை விட இலக்கணப்பிழையின்றி ஸ்தோத்திரங்களை உச்சரிப்பதை விட மன ஈடுபாடும், பாவனையும் முக்கியம்" என்று சொன்ன பரமஹம்ஸர் அதற்கு உதாரணம் என்று கூறி இக்கதையைச் சொல்லி விளக்கினார்.)

45

சங்கு முழக்கம்

ஒரு கிராமத்தில் பத்மலோசனன் என்ற சிறுவன் இருந்தான். ஊரார் அவனை 'போதோ' என்று அழைத்தனர். வெறுமனே ஊர் சுற்றிக் கொண்டிருப்பான் அவன்.

அந்த ஊரில் ஒரு பாழடைந்த கோயில் இருந்தது. அதனுள் தெய்வ உருவம் ஏதும் இல்லை. அந்தக் கோயிலின் சுவர்களிலெல்லாம் களை மண்டி செடி, கொடிகள் பரவியிருந்தன. அதன் உட்புறமும் இருண்டு அது வௌவால்களின் இருப்பிடமாக இருந்தது. அதனால் தரையிலெல்லாம் புழுதியும், தூசியும், புழுக்கைகளும் மண்டிக் கிடந்தன. அதனால் யாருமே அங்கு போவது இல்லை.

ஒரு நாள் மாலை இருட்டத் தொடங்கிய நேரம்; ஊரில் மெல்ல சந்தடி அடங்கிக் கொண்டிருந்தது. கிராமங்களில் மாலையே ஜன நடமாட்டம் குறைந்து விடும். பொதுவாகவே இருட்டி விட்டால் ஈ, காக்காய் கூட தென்படாது. சாலையெல்லாம் வெறிச்சோடிக் கிடக்கும்.

அப்படிப்பட்ட ஒரு மாலை நேரத்தில் திடீரென பூம்.. பூம்.. என்று சங்கு முழக்கம் கேட்டது. உற்றுக் கேட்ட மக்கள் கோயிலில் இருந்து சத்தம் வருவது கண்டு, "அடடா! நம்மூர் கோயிலில்தான் சங்கு ஊதப்படுகிறது. யாரோ மகான் வந்திருக்க வேண்டும். தெய்வத்தை பிரதிஷ்டை செய்து

பூஜைசெய்கிறார்கள் போலிருக்கிறது. அதுதான் தீபாராதனை சமயம் சங்கு முழக்கம் செய்கிறார்கள்'' என்றெண்ணி கும்பல் கும்பலாக வந்து கோயில் முன் குழுமினர். கோயில் வழக்கம்போல அப்படியே இருந்தது. அதன் கதவு சாத்தப்பட்டு இருந்தது. மெல்ல கதவைத் தள்ளி, எட்டிப் பார்த்தால்.. இந்தப் பையன் சங்கை ஊதிக் கொண்டிருக்கிறான். ''அட முட்டாளே! முதலில் கோயிலை சுத்தம் செய்து சுவாமியை வைத்து விட்டு அதன் பிறகல்லவா சங்கு ஊதவேண்டும். பாழடைந்த கோயிலில் நின்று கொண்டு வெறுமனே ஊதுகிறாயே?'' என்று கண்டபடி திட்டினார்கள் அனைவரும்.

(''முதலில் மனத்தை தூய்மை செய்து விவேகமும், வைராக்கியமும் கொண்டு இறைவனை அங்கு எழுந்தருளச் செய். வெறுமனே பிரம்மம் பிரம்மம் என்று பேசுவதில் என்ன பலன்? அது வெறும் சங்கொலிதான்'' என்ற பரமஹம்ஸர் இக்கதையை சொன்னதுடன் பாடியபடியே பரவச நிலை எய்தினார்.

'இதயக் கோயிலில் இறைவன் இல்லை
மதமென சங்கொலி ஊதினாய் போதோ!
எங்கும் பறந்து ஆலயம் கெடுத்து
தங்கித் திரியும் பதினொரு வௌவால்'

பாழடைந்த கோயிலில் இறைவன் வரமாட்டான். முதலில் இதயக் கோயிலை சுத்தம் செய். கர்ம இந்திரியங்கள் ஐந்து, ஞான இந்திரியங்கள் ஐந்து, மனம் ஆகிய பதினொரு வௌவால்கள் திரிகின்றன. ஆலயம் சுத்தமானால் அவை வெளியேறும். அவை வெளியேறும்போதே இறையுணர்வு வந்து உள்ளே ஆட்கொள்ளும்.

அகத் தூய்மை இல்லாத வெறும் புலமை, ஆன்மீக பேச்சுக்கள் வெறுமனே சங்கு முழக்கம் மட்டும்தான் என்கிறார் ஸ்ரீ பரமஹம்ஸர்.)

46

அண்ணன்

ஒரு ஊரில் சிறுவன் ஒருவன் இருந்தான். தந்தை இல்லாத அநாதை அவன். பள்ளிக் கூடம் செல்ல விரும்பினான். பள்ளிக்குச் செல்ல வேண்டுமானால் தினந்தோறும் காட்டு வழியேதான் செல்ல வேண்டும்.

தாய் சொன்னாள்; ''மகனே! நீ தைரியமாகப் போ. வழியில் பயமாயிருந்தால் கண்ணனைக் கூப்பிடு. அவன் துணைக்கு வருவான்.

''கண்ணன் யாரம்மா?'' என்றான் ஜடிலன் என்ற அந்த சிறுவன்.

''அவன் உன் அண்ணன்'' என்றாள் அம்மா.

காட்டு வழியில் சென்றபோது அவனைப் பயம் பிடித்துக் கொண்டது. ''அண்ணா! கண்ணா!'' என்று கூவினான். மறுகணமே, ''பயப்படாதே தம்பி. நான் இங்குதான் இருக்கிறேன்'' என்ற குரல் கேட்டது.

(இதுவும் முன்பே சொல்லப்பட்ட கதை போன்றதுதான். விக்ரகத்துக்கு படையல் வைத்த சிறுவனும் காட்டில் கண்ணனை அழைத்த சிறுவனும் மன நிலையில் ஒரே மாதிரிதான். நம்மில் பலர் தெய்வம் என்பது வேறு என எண்ணுகிறோம். உள்ளூர மாயையோ என்ற சந்தேகமும் கொள்கிறோம். இவர்கள் கடவுளை தன்னைப் போலவே எண்ணினார்கள். உண்டு என்ற நம்பிக்கையும், காண முடியும் என்ற வைராக்கியமும்தான் முக்கியமானவை. அதற்கு உவமைதான் இக்கதை.)

47

பாவனை

"பக்தியைவிட பக்திமய பாவனைதான் முக்கியமானது" என்கிறார் பரமஹம்ஸர். பக்திமய பாவனையில்தான் மனம் லயிக்க முடியும். மனம் முழுமையாக ஈடுபட்டாலேயே பிரகிருதி தோன்றும்.

பக்தன் ஒருவன் காளி பூஜை செய்தான். அதைப் பார்த்த பண்டிதர் ஒருவர், "முட்டாள்! காளி பெண். நீ பெண்ணுக்குப் பூணூல் போட்டு வைத்திருக்கிறாயே!" என்றார். அவன் சொன்னான். "ஐயா! நீங்கள் அறிவாளி. உங்களுக்கு தேவி பெண் என்பது தெரிந்து விட்டது. எனக்கு இன்னமும் கடவுள் பெண்ணா, ஆணா என்று நிச்சயமாகத் தெரியவில்லை. அதனால்தான் எதற்கும் இருக்கட்டும் என்று பூணூல் போட்டு வைத்தேன்."

ஓரிடத்தில் தோட்டம் ஒன்று உள்ளது. அதைப் பார்த்துக் கொள்கிறான் ஒரு தோட்டக்காரன். அவனுடையதா அந்தத் தோட்டம். இல்லை. ஆனால் எல்லோரிடமும் 'இது எங்கள் தோட்டம்' 'எங்கள் கிணறு' என்றுதான் அவன் பேசுவான். எஜமான் இவனை வேலையை விட்டு நீக்கினால் ஒரு தகரகுவளையைக்கூட இவன் அங்கிருந்து எடுத்துச் செல்ல முடியாது. நம் உலக வாழ்வும் அப்படிப்பட்டதே!

இரும்பு வேலை செய்யும் கருமான் ஒருவன் இருந்தான். திடீரென ஒரு சமயம் அவன் நாக்கு மேல் அண்ணத்தில்

ஒட்டிக் கொண்டு சமாதி நிலை பெற்ற மனிதன்போல் அவன் விளங்கினான்.

எந்த அசைவும் அவனிடம் இல்லை. ஏராளமான பேர் அவன் ஞானியாகி விட்டதாக எண்ணி வழிபட ஆரம்பித்தனர். நெடுநாள் அவன் அப்படியே இருந்தான். திடீரென ஒரு நாள் அவன் நாக்கு நேராகி விட்டது. சுயநினைவு பெற்றவன் பழையபடி தன் தொழிலைச் செய்ய ஆரம்பித்து விட்டான்.

''கட்டையை எரித்தால் சாம்பல்தான் மிஞ்சும். கற்பூரத்திலோ ஏதுமே இருக்காது. அந்த நிலையே சமாதி நிலை 'இதுவுமல்ல, அதுவுமல்ல என்ற நிலை. ஒரு முறை சபையில் சிவன் பெரிய தெய்வமா, திருமால் பெரிய தெய்வமா என்ற சர்ச்சை எழுந்தது. பத்மலோசன பண்டிதர், ''ஐயா! என் முன்னோர்கள் பதினான்கு தலைமுறையாக சிவனையும் கண்டதில்லை. விஷ்ணுவையும் கண்டதில்லை'' என்றார். மண், பொன் இவற்றை தியாகம் செய்வது பற்றிபேசியபோதும், ''ஏன் தியாகம் செய்கிறீர்கள்? களி

மண்ணுக்கும், பொன்னுக்கும் வேறுபாடு காண்பவன் அஞ்ஞானி அல்லவா?" என்றார்.

எவன் ஒருவன் முழுதாக இறைவன் நினைப்பில் மூழ்க ஆரம்பிப்பானோ அவனது கடமைகள் குறைந்து விடும். உலகப் பற்று அவனிடமிருந்து மெல்ல விலகிவிடும். மருமகள் கருவுற்ற பின் மாமியார் அவளை அதிகம் வேலை செய்ய விட மாட்டாள். குழந்தை பிறந்து விட்டபின் அதனை சீராட்டுவதே அவளுடைய முழு வேலை.

அதுபோல் இறை நாட்டம் வர வர உலகக் கடமைகள் குறையும். இறை அனுபவம் பெற்று விட்டால் உலகியல் அடியோடு மறைந்து விடும்.

மீன் பிடிப்பதற்காகக் குளத்தில் வலை வீசுவர். சில மீன்கள் அதில் ஒரு போதும் சிக்குவதேயில்லை. பலமீன்கள் மாட்டிக் கொள்ளும். அவற்றுள் சிலது தப்ப முயலும். எல்லாம் தப்பி விடுவதில்லை. ஒன்றிரண்டு துள்ளி தடாலென்று தண்ணீரில் விழுந்து விடும். 'ஆஹா! ஒன்று தப்பிவிட்டது.' என்பான் மீனவன். பெரும்பாலானவை தப்புவதும் இல்லை. தப்ப முயல்வதும் இல்லை. மாறாக வலையை நன்றாகக் கௌவிக் கொண்டு இனி ஒரு விதக் கவலையும் இல்லை என்பதுபோல் இருக்கும்.

உலகவாழ்வில் பலரும் மீன்களைப் போலவே இருக்கிறோம். காலன் வலையை இழுக்கப் போகிறான் என்றறியாமல் சிக்கியபடி இருக்கிறோம். சிலர் மட்டுமே உலகப் பற்றுக்கள் என்ற தூண்டிலை உதறி விட்டுத் தாவி விடுகின்றனர். நித்யர்களான சிலரோ இந்த மாயையில் சிக்குவதே இல்லை.

இவர்கள் விழிப்புணர்வு பெற்றவர்கள். பாவ, புண்ணியங்களைக் கடந்தவர்கள். இறைவனே இவை எல்லாமாக இருக்கிறார் என்று அறிந்தவர்கள்.

சாக்ரடீஸ் பெரிய அறிவாளி. இவரே உலகின் பெரிய அறிவாளி என்று அசரீரி கேட்டது. அவர் சொன்னார்: எனக்கு ஒன்றும் தெரியாது என்பதை நான் நன்கு தெரிந்து வைத்துள்ளேன். மற்றவர்களோ எனக்கு எல்லாம் தெரியும் என்று நம்புகிறார்கள்'' என்றார்.

இறைவனே எல்லாம் என்ற பாவனை வந்து விட்டால் அதுவே மிக மேலான நிலை. அந்த நிலையில் நான், நீ, அவன், அது எல்லாம் அவன் ரூபமே!

ஒருவன் இருந்தான். அவன் குரு 'எல்லாம் ராமனே!' என்றார். அவனும் ராம், ராம் என்று சொல்லிக் கொண்டிருப்பான். ஒரு சமயம் நாய் ஒன்று அவனிடமிருந்த ரொட்டியைக் கௌவிக் கொண்டு ஓடியது. அவனோ, ''ராமா! இரு. இதோ வெண்ணெய் தடவித் தருகிறேன்.'' என்றபடி அதன் பின்னால் ஓடினான்.

இறைவனை அடையும் மார்க்கங்களில் கலியுகத்தில் பக்திமாய பாவனையே பெரிதும் உகந்தது. மனிதன் வயிற்றுக்கு அடிமை. கூடவே பல்வேறு தடைகள். இதிலிருந்து அவன் விடுபட இறைவன் அருளால்தான் முடியும். ஆகவே தந்திர சாதனைகளை விட இதுவே மேலானது.

இறைவனைத் தாயாகவும், நம்மைக் குழந்தையாகவும் எண்ணும் நேச பாவம் இறைவனை யஜமானனாகவும், நம்மை வேலைக்காரனாகவும் எண்ணும் தொண்டு பாவம் இரண்டுமே இறைவனையடைய எளிமையான வழிகளாகும்.

இந்த பாவனையில் பாவம், புண்ணியம் போன்றவை குறுக்கிடுவதேயில்லை. எல்லாம் இறைவனே என்பது புரிந்து மனம் நிச்சலனமாக உட்கார்ந்து விடுகிறது.

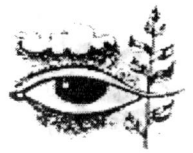

48

அடித்தது யார்?

ஓரிடத்தில் மடம் ஒன்று இருந்தது. அதில் நிறைய சாதுக்கள் தங்கி இருந்தனர். அவர்கள் தினமும் ‘மதுகரி பிக்ஷையெடுக்கப் போவார்கள். அதிலே ஒரு சாது ஒரு வீட்டுக்கு பிட்சைக்குப் போனார். அது ஒரு மிராசுதாரர் வீடு. இவர் பிச்சையெடுக்கச் சென்ற நேரம் அந்த ஆள் கோபமாகத் தன் வேலைக்காரனைப் போட்டு அடி, அடியென்று அடித்துக் கொண்டிருந்தார்.

பார்த்த இந்த சாது குறுக்கிட்டுத் தடுத்தார். பண்ணையார் கோபத்தில் அடித்த நாலைந்து அடிகள் இவர் மீது விழவும் இவர் மயக்கம் போட்டு விழுந்தார்.

இதைக் கண்ட ஒருவர் மடத்துக்கு ஓடித் தகவல் சொல்லவும் வேறொரு சாது ஓடிவந்து இவரை மடியில் போட்டுக் கொண்டு வாயில் பாலை ஊட்டினார். கண் விழித்த சாதுவிடம், “வாயில் பாலை ஊட்டுவது யார் தெரிகிறதா?” என்று கேட்டார். அதற்கு இந்த சாது, “ஆஹா! தெரியாமலென்ன? எவர் என்னை அடித்தாரோ அவர்தான் ஊற்றுகிறார்” என்றார்.

(நல்வினை, தீவினை எல்லாம் இறைவன் செயலே. அடிப்பதும் பிரம்மம். அடிபடுவதும் பிரம்மம். இதனை விளக்க பரமஹம்ஸர் சொன்ன கதை இது . மணிலால் என்பவரிடம் இது பற்றி அவர் பேசியபோது இதனை சொன்னார்.)

49

— திணறித் திணறித் தேடு —

ஐ'யா! இறைவனை எப்படி அடைவது?''
ஒருவன் குருவிடம் கேட்டான்.

''தேடு'' என்றார் குரு. அவனுக்குப் புரியவில்லை.

''எங்கு தேடுவது?'' என்றான்.

''எங்கும் தேடு'' என்றார் அவர்.

இன்னமும் அவனுக்குப் புரியவில்லை. இறைவன் எங்கும் இருக்கிறார் என்பது உண்மை. அவரை எங்கும் தேடலாம் என்பதும் உண்மை. ஆனால் எப்படித் தேடுவது?

அதையும் கேட்டு விட வேண்டும் என்றெண்ணினான். ''ஐயா! இறைவனை எப்படித் தேடுவது?''

''திணறித் திணறித் தேடு'' என்றார் அவர்.

புரியாமல் விழித்தான் அவன். ''சரி வா என்னுடன். அவரை எப்படித் தேடுவது என்று காட்டுகிறேன''. என்று கிளம்பினார் குரு. ஆர்வமுடன் பின் தொடர்ந்தான் அவன்.

இருவரும் ஒரு குளத்தை அடைந்தனர். படிகளில் இறங்கி நின்று கொண்டார் குரு. அவனையும் இறங்கச் சொன்னார். அவனும் இறங்கினான். இன்னும் இறங்கு'' என்றார். மேலும் இருபடிகள் இறங்கினான். போதாது என்றும் இன்னும் இருபடிகள் இறங்கு என்றும் சொன்னார். இப்படியே கொஞ்சம் கொஞ்சமாக அவன் குளத்தில் இறங்க இப்போது மார்பளவு நீரில் நின்றான் அவன்.

அவன் தலையைப் பிடித்து தண்ணீரில் அழுத்தினார் குரு. நீருக்குள்ளேயே இருகைகளாலும் அவன் தலையை நன்றாக அழுத்திப் பிடித்துக் கொண்டார்.

தண்ணீரில் அவன் தலை மூழ்கிய நிலையில் அவன் உடம்பு மூச்சுக்காகப் போராடியது.

திடீரென குரு கையை விட்டதுமே சட்டென்று நீருக்குமேலாக எழுந்தவன் அப்படியே 'ஆ' வென்று வாயைத் திறந்து திணறலுடன் பலமாகப் பலமுறை மூச்சு வாங்கினான்.

"இதோ, இதோ, இதோதான், இப்படித்தான்" என்றார் குரு அமைதியாக.

(நீருக்குள் தத்தளிப்பவனுக்கு மூச்சு ஒன்றுதான் பிரதானமாகும். அதைத் தவிர வேறு எதுவும் அப்போது அவனுக்குத் தேவைப்படாது. மூச்சு... மூச்சு மட்டுமே! அவன் மனம், உடல், செயல் எல்லாமே அந்த சிறு காற்றை எண்ணி ஏங்கி நிற்கும். மூச்சுக் காற்று பட்டதுமே உடலின் எல்லா அவயவங்களும் ஒன்று குவிந்து ஆவலோடு காற்றை சுவாசிக்கும்.

இறைநிலை அடைய, இறைவனை உணர இத்தகைய திணறலும், தேடலும் அவசியம். அதைத்தவிர வேறு எதுவுமே வேண்டாம் என்ற முனைப்பு அவசியம். நம்மில் பலர் ஆன்மீகம் என்பதை வெறும் பொழுதுபோக்கு, வம்பளப்பு என்பது போல் வைத்துள்ளோம். பலர் ஆன்மீகம் பேசுவது ஒரு கம்பீரம், ஒரு பெருமை என்ற உணர்வில்தான் உள்ளனர். இவர்களின் மனம் முழுக்க உலக விஷயங்களில்தான் தோய்ந்து கிடக்கும். இறை ஞானம் என்பதை மேலே அணியும் ஒரு பளபளப்பான ஆடையாகவே வைத்துள்ளனர். இத்தகைய மனநிலையுடன் எத்தனை காலம் ஏன் எத்தனை பிறவிகள் முயன்றாலும் பலனில்லை என்கிறார் ராமகிருஷ்ண பரமஹம்ஸர். முழு முனைப்புடன் கூடிய தேடல்தான் இறைஞானத்தைப் பெற உதவும். அதற்கு உதாரணமாக அவர் சொன்ன கதை இது.)

50

யாரிடம் சொல்வது

பம்பா நதிக்கரையில் ராமரும், லட்சுமணரும் நின்றிருந்தனர். எங்கோ தொலைவில் பார்வையை செலுத்தியபடி ராமர் நின்றிருந்தார். அவரது சிந்தனை எங்கோ இருந்தது.

சூழ்நிலையில் ஏதோ மாற்றம் ஏற்பட்டதாக உணர்ந்த ராமர் சுற்றுமுற்றும் பார்த்தார். தற்செயலாகக் கீழே பார்த்தவர் திகைத்துப் போனார். தரையில் ஊன்றிய அவரது வில் அங்கிருந்த ஒரு தவளையின் முதுகைக் குத்திக் கிழித்திருந்தது. தவளையோ மரண அவஸ்தையில் துடித்துக் கொண்டிருந்தது.

மனம் கசிந்து போன ராமபிரான் உட்கார்ந்து குனிந்து தவளையிடம் பேசினார். "ஏன் அப்பா? ஒரு குரல் கொடுத்திருக்கக் கூடாதா?"

தவளை வேதனையுடன் சொன்னது.

"யாரால் எனக்குக் கஷ்டம் ஏற்பட்டாலும் நான் 'ராமா' என்று தான் கூவுவேன். ஆனால் அந்த ராமராலேயே இப்படி என்றால் நான் யாரை நோக்கிக் கூவ முடியும்? இதுவும் ராமரின் திருவுள்ளம் என்றுதான் மவுனமாக இருந்தேன்" என்று.

(இன்பம் - துன்பம் இரண்டும் ஒரே செயலின் இரு பக்கங்களே. இன்பத்தை நாம் வலுவில் தேடுகிறோம். துன்பம்தானாகத் தேடாமலேயே வருகிறது. இன்பத்தை அளித்த அதே ஆண்டவன்தான் இந்தத் துன்பத்திற்கும் காரணம் என்பதை உணர்ந்து கொண்டால் இரண்டும் இறைவனின் சித்தம் என மனம் அமைதி அடைந்துவிடும். இரண்டையும் சமமாகக் கருதும் பாவம் மனதிற்கு ஏற்பட்டுவிடும். இதனை விளக்கிய போது மேற்கண்ட கதையை பரமஹம்ஸர் கூறினார்.)

51

எது நிஜம்

ஒருவன் காட்டில் விறகு பிளந்து கொண்டு இருந்தான் அவன். உடலெல்லாம் வியர்வை. உச்சி வெயில் மண்டையைப் பிளந்தது. களைப்புற்ற அவன் கோடரியை ஒரு மூலையில் தூக்கிப் போட்டான். பசி வயிற்றைக் கிள்ளவே கொண்டு வந்த பழைய சாதத்தில் தயிர் ஊற்றிப் பிசைந்தான். அவசர அவசரமாக அதை உருட்டி விழுங்க ஆரம்பித்தான். சாப்பிட்டு முடித்ததுமே நிறைய தண்ணீர் குடித்தான். அருகிலிருந்த மரத்து நிழலில் கால் நீட்டிப் படுத்துத் தூங்க ஆரம்பித்தான்.

தன்னை மறந்து அடித்துப் போட்டாற் போல் தூங்கியவன் அடுத்தவன் தட்டி எழுப்பியதும் அலறியடித்துக் கொண்டு எழுந்தான். வாயில் வந்தபடி அவனைத் திட்ட ஆரம்பித்தான்.

வந்தவனுக்கு ஏதும் புரியவில்லை. ''அருமையான கனவு! பாதியில் கெடுத்து விட்டாயே?'' என்று இரைந்தான் இவன்.

''கனவா? என்ன கனவு?''

''ஆஹா! அதை எப்படி சொல்வது? ஒரு பெரிய சாம்ராஜ்யம். அதற்கு நான்தான் மன்னன். எப்பேர்ப்பட்ட சிம்மாசனத்தில் அமர்ந்திருந்தேன்! எவ்வளவு பெரிய அரண்மனை! சுற்றிலும் எத்தனை ஆட்கள்! புகழ் பாராட்டு, வாழ்த்து கோஷங்கள், பட்டாடையும், மணி மகுடமுமாக

எவ்வளவு கம்பீரமாக அமர்ந்து கொண்டிருந்தேன்? இன்னும் கொஞ்ச நேரம் அந்தக் கனவை கண்டு களித்திருப்பேன். அதற்குள் எழுப்பிக் கனவைக் கலைத்து விட்டாய்."

"எப்படியிருந்தாலும் அது கனவுதானே?"

"யார் சொன்னது? இப்போது உன்னுடன் நான் பேசுவது எவ்வளவு நிஜமோ அதைவிடப் பல மடங்கு நிஜமாக அது இருந்தது. இன்னும் சொல்லப் போனால் நீ மட்டும் என்னை எழுப்பாமல் இருந்திருந்தால் அது கனவு என்பதை நான் நம்பியிருக்கவே மாட்டேன். இப்போது கூட இதுதான் கனவோ இன்னும் கொஞ்சநேரத்தில் விழித்து அங்கே எழுந்திருக்கப் போகிறேனோ என்று கூட சந்தேகிக்கிறேன்.

விறகு வெட்டிசொன்னதைக் கேட்டு அவனை எழுப்பியவன் வாயடைத்துப் போனான்.

(பிராண கிருஷ்ணர் என்பவர் பரமஹம்ஸரிடம் பேசும்போது ஞானம் பற்றிக் குறிப்பிட்டார். அவர் எப்போதும் உலக வாழ்வு ஒரு அஞ்ஞானம் என்றும், விழிப்புணர்வு பெற்றவனே ஞானி என்றும் சொல்வார். அடிக்கடி அவர் விழிப்புணர்வு பற்றியே குறிப்பிடுபவர். அவரிடம் பேசுகையில் பரமஹம்ஸர் வேதாந்த கருத்துக்களின்படி விழிப்புணர்ச்சி என்பது கூட நிலையல்ல என்று சொன்னார்.

அஞ்ஞானத்தின் எதிரிடையானது ஞானம் எனும்போது வேறொருதளத்தில் ஞானமே கூட ஒருவித கனவு நிலையாகி விடும் என்று கூறி அதற்கு உதாரணமாக மேற்கண்ட கதையைக் கூறினார்.

விழித்தபின்புதான் கனவையே கனவு என அறிகிறோம். அதுபோல் இவ்வுலக வாழ்வும் ஏன் ஒரு கனவாக இருக்கக் கூடாது? இப்படிப் பலவிதமான தத்துவங்களையும் பிரபஞ்சத்தின் மையமான அநாஹத ஒலி பற்றியும் பரமஹம்ஸர் விரிவாக விளக்கிக் கூறினார்.)

52

மருந்து

நோயாளி ஒருவன் மருத்துவரிடம் வந்தான். அவனது உடலை நன்றாகப் பரிசோதித்த மருத்துவர் மருந்துகளை அளித்தார். இன்னும் சில மருந்துகளையும், அவன் சாப்பிட வேண்டிய முறைகளையும் எழுதிக்கொடுத்தவர், ‘‘மருந்து சாப்பிடும் முறைகளைப் பற்றி

மட்டும்தான் நான் இதில் எழுதியிருக்கிறேன். உணவு விஷயத்தில் என்னென்ன சாப்பிடலாம், எதையெதை சாப்பிடக் கூடாது என்பதையெல்லாம் இன்னொரு நாள் எழுதித் தருகிறேன்" என்றார்.

அதன்படியே அவன் இன்னொரு நாள் வந்தான். அவனிடம் மருத்துவர், "அப்பா! நீ வெல்லப்பாகு மட்டும் சேர்த்துக் கொள்ளாதே. அதுதான் உன் உடலுக்கு மிகவும் தீமை தரக் கூடியது. மற்றவற்றால் ஏதும் தொந்தரவு இல்லை" என்றார்.

நோயாளி போனதும் உதவியாளன் கேட்டான், "இதை அன்றே அவனிடம் நீங்கள் சொல்லியிருக்கலாமே? ஏன் அதற்காக இன்னொரு நாள் வரச் சொன்னீர்கள்" என்று.

மருத்துவர் சொன்னார்: "அப்போது என் அறையில் வெல்லப்பாகு ஜாடிகள் நிறைய இருந்தன. என்னிடமே நிறைய வைத்துக் கொண்டு இன்னொருவனிடத்தில் இனிப்பு கெடுதல் என்று நான் எப்படிச் சொல்ல முடியும்? இப்போது அவற்றையெல்லாம் மற்றவர்களுக்குக் கொடுத்து விட்டேன். இனி மன உறுதியோடு என்னால் சொல்லமுடியும்."

பிறருக்கு எது நல்லது என்பதை உபதேசம் செய்யும் முன் நாம் அதைப் பின்பற்ற வேண்டும். அதன் பிறகே அதனைப் பிறருக்குச் சொல்லும் தார்மீக உரிமை நமக்கு உண்டாகும்.

மனிதமனம் குழந்தை போன்றது. எந்தக் குழந்தையும் நீ சொல்வதை செய்வதில்லை. ஆனால் நீ செய்வதை அதுவும் செய்யும். ஆகவே எதையும் நாம் செயலில் செய்ய வேண்டும். பின்பே அது மற்றவர்களால் ஏற்கப்படும்.

53

கொடுப்பவன்

மரத்தடியில் துறவி ஒருவர் இருந்தார். அவரைக் காணமக்கள் கூட்டம் கூட்டமாக வந்தனர். கூட்டம் அதிகம் என்பதால் நெடுநேரம் காக்கவேண்டியதாயிருந்தது. மக்கள் தம் குழந்தைகளுடன் வெயிலில் வாடி வதங்க வேண்டியதாயிருந்தது.

இதைக் கண்ட ஒருவன் துறவியிடம் முறையிட்டான். "நான் என்னப்பா செய்வது?" என்றார் துறவி.

"மன்னரைக் கேட்கலாமே! அவர் கூட உங்கள் மீது பெரும் மதிப்பு கொண்டவர்தான். அவரைக் கேட்டால் குறைந்தபட்சம் இந்த மக்களுக்கு நிழலுக்குக் கூரையாவது கிடைக்குமே?"

'சரி' என்று மன்னனைக்காணச் சென்றார். காவலர்கள் ஒதுங்கி வழிவிட்டனர். துறவி நேராக உள்ளே சென்றார். மன்னர் பூஜையிலிருப்பதை அறிந்து அங்கேயே போனார்.

மன்னன் மனமுருகி பூஜை செய்து கொண்டிருந்தான். மண்டியிட்டு வணங்கினான். பிறகு உரத்த குரலில்,

"இறைவா! செல்வத்தைக் கொடு. வீரத்தைக் கொடு. வெற்றியைக் கொடு. ஆரோக்கியத்தைக் கொடு. சுபிட்த்தைக் கொடு" என்று வேண்டினான்.

துறவி பேசாமல் திரும்பிப்போக ஆரம்பித்தார். பூஜை முடிந்து திரும்பிய மன்னன் வியப்புடன் வேகமாக ஓடிவந்தான். "சுவாமி! எங்கு வந்தீர்கள்? ஏன் போகிறீர்கள்?" என்று கேட்டான்.

"நான் உன்னிடம் பிச்சை கேட்க வந்தேன். நீயோ இறைவனிடம் பிச்சையெடுக்கிறாய். உன்னை ஏன் சிரமப்படுத்த வேண்டும்? உனக்குக் கொடுப்பவன் எனக்கும் கொடுப்பான்," என்றபடி நடந்தார் துறவி.

54

புரிகிறதா

பண்டிதன் ஒருவன் பாகவதம் சொல்வதில் மகா வல்லவன். தேவி மகாத்மியம், ஸ்ரீ பாகவதம் மற்றும் இதிகாச புராணங்களை அவன் பிரசங்கம் செய்ய ஆரம்பித்தால் கூட்டம் அப்படியே மெய் மறந்து போகும்.

அரசன் ஒருவன் பாகவதம் கேட்க விரும்பினான். ஒரு நல்ல புராண விரிவுரை செய்பவனை அழைத்து வரும்படி சொன்னான். சேவகர்கள் பல இடங்களிலும் விசாரித்து இந்தப் பண்டிதனை அழைத்து வந்தார்கள்.

மன்னனின் அழைப்பு என்றதுமே பெரும் மகிழ்ச்சி கொண்ட பண்டிதன் அரண்மனைக்கு வந்தான். தன் முழு ஆற்றலையும் காட்டி அரசனுக்கு புராணக் கதை சொல்ல ஆரம்பித்தான்.

மாயை, மித்யை, வைராக்கியம், துறவு, ஆன்மாவின் பல் வேறு நிலைகள் என்றெல்லாம் எண்ணற்ற உதாரணங்களுடன் சுவைபட விவரித்தான்.

''உலகம் மாயை. மனதில் நிரம்பியிருப்பதும் மாயையே. மாயைதான் நான், நீ, தந்தை, மகன், செல்வம், வறுமை எனப் பலவாறாகத் தோற்றம் தரும். இதில் மூழ்குபவன் விளக்கில் விழுந்த விட்டில் பூச்சி. இவை எதுவும் நிலையல்ல என்று உணர்பவன் மட்டுமே சம்சாரக் கடலிலிருந்து கரையேற

முடியும்" என்றவன் "அரசே! புரிகிறதா?" என்றான். "முதலில் நீ புரிந்துகொள்" என்றான் மன்னன்.

பண்டிதனுக்கு ஏதும் விளங்கவில்லை. தன்னுடைய விரிவுரையில்தான் ஏதாவது கோளாறா? அல்லது மன்னர் நகைச்சுவையாக அப்படி சொன்னாரா? அல்லது அதற்கு வேறு ஏதாவது பொருள் உண்டா? யோசித்து, யோசித்துக்

குழம்பியவன் மறுதினம் தனது கதை சொல்லும் முறையை மாற்றிக் கொண்டான். அன்றைய தினம் அவன் பேச்சில் அனல் பறந்தது. மக்கள் எப்படி அற்பபோகங்களில் மூழ்கிக் கிடக்கின்றனர் என்பதையும், நிலையாமை என்றால் என்ன என்பதையும், பிறவி கர்ம வினைகளையும் வாங்கு வாங்கென்று வாங்கினான். அன்று பலத்த கைதட்டல் கிடைத்தது. பெருமையுடன், "மன்னா! புரிகிறதா?" என்றான்.

“நீ புரிந்து கொள்” என்றான் மன்னன்.

தினமும் இதே கதைதான். விதம் விதமாக யோசித்து அற்புதமான கதைகளை அவன் விளக்குவான். மன்னனைப் பார்த்து, “புரிகிறதா” என்பான். மன்னனோ சிரித்தபடி, “நீ புரிந்து கொள்” என்பான்.

ஓர் இரவு திடுமென்று அவனுக்குள் விழிப்புணர்ச்சி ஏற்பட்டது. ஆஹா! எப்பேர்ப்பட்ட தவறு செய்கிறோம்? ஊர் பூரா பற்றுக்களை அறுக்கும்படி உபதேசம் செய்கிறோம். ஆனால் நாம் என்ன வாழ்வு வாழ்கிறோம்? மன்னனிடம் புராணம் சொல்வது எதற்கு? பொருளை எதிர்பார்த்துத்தானே! மாயை, மாயை என்றபடி அதே மாயையை நாமல்லவா இறுகப் பிடித்துக் கொண்டிருக்கிறோம்?.

இந்த எண்ணம் ஏற்பட்டதும் எழுந்தான். சொல்லாமல், கொள்ளாமல் அங்கிருந்து வெளியேறினான். எங்கே போவது என்ற இலக்கின்றிக் கிளம்பினான். போகும் முன்பு மன்னனுக்கு, “புரிந்து கொண்டேன் என்று சொல்லி விடுங்கள்” என்று சொல்லியனுப்பி விட்டுப் புறப்பட்டான்.

(‘பிறருக்கு உபதேசம் செய்யும் பலரும் தம் நிஜவாழ்வில் அதற்கு நேர்மாறாக நடப்பதுடன் அதை உணர்வதுகூட இல்லை என்ற பரமஹம்ஸர் இக்கதையைக் கூறினார்.)

55

ஆதாரம்

ஒருவன் தன் நண்பனைக் காணச் சென்றான். ''எங்கே நேற்று வருவதாகச் சொன்னவன் ஆளையே காணோம்?'' என்று கேட்டான் அந்த நண்பன்.

அதற்கு இவன், ''நேற்று மூன்றாவது தெருவின் வழியே வந்தேன். அப்போது திடீரென படபடவென்று சத்தம் கேட்டது. பார்த்தால் கண்ணெதிரே ஒரு வீடு அப்படியே அப்பளம் போல் நொறுங்கி விழுந்தது'' என்றான்.

உடனே நண்பன் சட்டென்று அன்றைய தினசரி செய்தித்தாளை எடுத்து பக்கம் பக்கமாகப் புரட்டினான். பிறகு, "பொய். அப்படி ஒன்று நடக்கவேயில்லை" என்றான்.

"நானே கண்ணால் பார்த்தேன்" என்றான் இவன். "பேப்பரில் வரவேயில்லையே! எப்படி நம்புவது?" என்றான் அவன்.

"அப்பா! என் கண்ணால் நானே பார்த்ததை சொல்கிறேன்" என்றான் இவன்.

"இருக்கலாம். ஆனால் என்ன ஆதாரம்? அப்படியிருந்தால் அது செய்தித்தாளில் வந்து இருக்குமே? வராதவரை எப்படி நம்புவது?" என்றான் அவன் உறுதியாக.

இவன் மவுனமாகி விட்டான்.

(சாஸ்திரங்களைப் பயின்று அவற்றை விடாமல் பின் பற்றுபவர்கள் அதற்கு மாறுபாடான எதையும் ஏற்கமாட்டார்கள். எதுவாயிருந்தாலும் உடனே சாஸ்திரங்களைத் தேடுவார்கள். அதில் ஏதாவது ஆதாரம் உண்டா என்று. இப்படிப்பட்டவர்களால் ஆன் மீகத்தில் ஒரு அடிகூட முன்னேற முடியாது என்பதை இதன் மூலம் பரமஹம்ஸர் கூறுகிறார்)

57

ஆழ்ந்த சிந்தனை

யோகி ஒருவர் கண்மூடி நிஷ்டையில் ஆழ்ந்திருந்தார். அந்த வழியாக வேக வேகமாக வந்தான் ஒருவன். அவன் அப்போது தனது ஆசை நாயகியின் வீட்டுக்குப் போய்க் கொண்டு இருந்தான்.

அவள் அவனுக்குப் பிரியமானவள். அவன் அவள் மீது அளவற்ற பிரேமை கொண்டிருந்தான். சதா அவள் வீட்டிலேயே பழியாகக் கிடப்பான். அன்று அவன் பெற்றோர்க்கு சிரார்த்தம். திவசம் செய்வதற்காகவே அவன் தன் வீட்டுக்கு வந்திருந்தான். வீட்டில் திவசம் முதலிய பித்ரு கர்மாக்கள் முடியவே நெடுநேரமாகி விட்டது ஆகவே அதிரசம், வடை முதலிய பலகாரங்களை எடுத்துக் கொண்டு வேகவேகமாக அவள் வீட்டை நோக்கிப் போனான்.

அவன் மனம் முழுதும் அவள் நினைவில் லயித்திருந்ததால் யோகி அமர்ந்திருப்பதையே அவன் கவனிக்கவில்லை. அவன் கால் இடறியதும் துறவி கடும் கோபத்துடன், ''முட்டாளே! உனது கண் என்ன குருடா? ஆள் அமர்ந்திருப்பது கூடவா தெரியவில்லை?'' என்று கத்தினார்.

இவன் சிரித்தான். ''ஐயா துறவியே! நான் விலை மகள் வீட்டிற்குப் போகிறேன். எனக்கே புறவுலக சிந்தனை இல்லை. நீங்களோ இறைவன் தியானத்தில் இருப்பவர்கள். ஆனால்

உங்கள் சிந்தனை பூராவுமே வெளி உலகத்தின்மேல் தான் இருக்கிறது" என்றான்.

அவன்தான் பில்வமங்கள் என்ற மிகப் பெரிய பக்தன் ஆனான். இறைவனின் தரிசனமும் பெற்றான்.

(இறைவனை அடைய மனம் ஒன்றுதல்தான் முக்கியம். சூழ் நிலைகளோ வழிமுறைகளோ முக்கியமே அல்ல என்பதே இதன் பொருள்.)

57

நேராக்க முடியுமா?

ஒருவன் தேவதை உபாசனை செய்தான். குறுகிய காலத்தில் பலன்கள் பெற வேண்டும் என்பதற்காக துர்த் தேவதை உபாசனையை ஆரம்பித்தான். அது பேய், பிசாசு, பூதம் இவற்றை வசப்படுத்தக் கூடியது. இத்தகைய வழிபாடு செய்பவர்கள் குட்டிச் சாத்தான், குறளி என்று எதையாவது வசியம் செய்து தங்கள் இஷ்டங்களை நிறைவேற்றிக் கொள்வார்கள்.

அவன் செய்தது பூத வழிபாடு. அதன் முடிவில் பெரிய பூதம் ஒன்று தோன்றியது. அதனிடம் ஒரு கஷ்டம் என்னவென்றால் அதற்கு வேலை கொடுத்துக் கொண்டே இருக்க வேண்டும். இல்லையேல் அது அவனையே பலிவாங்கி விடும்.

பயந்துபோன அவன் உடனே அந்த பூதத்தைப் பெரிய கிணறு வெட்டும்படி சொன்னான். மட மடவென்று அந்த வேலையை அது முடித்து விட்டது. பிறகு வயல் முழுதும் உழச் சொன்னான். பின் அதற்கு சீராக நீர் பாய்ச்சும்படி சொன்னான். அவன் சொல்லச் சொல்ல மடமடவென்று எல்லாவற்றையும் முடித்தது பூதம்.

தனக்கு வேண்டிய எல்லா வேலைகளையும் முடித்துக் கொண்டான். பிறகு கொடுக்க வேலையே இல்லை. பயந்து

போய் தன் குருவிடம் ஓடினான். அவர் சிரித்தபடியே சுருண்ட தலை முடி ஒன்றைக் கொடுத்து அதை நேராக்கி வரும்படி சொல்லச் சொன்னார். அவனும் அதன்படியே செய்தான்.

பூதம் தலைமுடியை நீட்டும். பின் அதை விட்டதுமே அது மறுபடியும் சுருளும். இப்படியே இரவு, பகலாக நாட்கள் கடந்தன. அதன் பின் பூதம் அவனிடம் வரவே இல்லை.

இறைவன் மாளிகையை அடைய அகங்காரமே தடை இறைவனைத் தஞ்சமடைந்தால் அகங்காரம் காணாமல் போகும்.

58

மதிப்பு

ஒரு பணக்காரன் தன்வேலையாளிடம் வைரம் ஒன்றை எடுத்துத் தந்தான். “இதை எடுத்துப் போய் காய்கறி மார்க்கெட்டில் விலைபேசு” என்றான். வேலையாளும் காய்கறிக் கடைகளுக்குப் போனான். பலர் அதை வாங்கவே

முன்வரவில்லை. ஒரு பெரிய கடைக்காரன் மட்டும் அதை வாங்கிக் கொண்டு ஐந்து சேர் கத்திரிக்காய் தர முன் வந்தான். பேரம் பேசியதில் கடைசியாக ஒன்பது சேர் காய்கறி

தருவதாகவும், அதற்கு மேல் ஒரு குன்றி மணி கூடத்தர முடியாது என்றும் சொன்னான்.

வேலைக்காரன் திரும்பி வந்து இதைச் சொன்னதும் பணக்காரன் சிரித்தான். ''சரி இதை பஜாரில் எடுத்துப்போய் விலை பேசு'' என்றான். பஜாரில் ஒரு துணிக்டைக்காரன் அதை வாங்க முன் வந்தான். அதற்கு ஐந்நூறு ரூபாய் தருவதாகச் சொன்னவன் பேரம் பேசி கடைசியாக 900 ரூபாய் தருவதாகவும் அதற்குமேல் ஒரு நயா பைசாகூட தரமுடியாது என்றும் சொன்னான்.

இதையறிந்ததும் அதே பணக்காரன், ''சரி இம்முறை நகைக் கடைகள் இருக்கும் பகுதிக்குப் போ'' என்றான். அங்கே ஒரு வைர வியாபாரி இதற்கு லட்ச ரூபாய் தர முன்வந்தான்.

(ஆன்மீகம் கூட அவரவர் மனப்பக்குவத்தின் அடிப் படையிலேயே உணரப்படுகிறது. நினைத்ததையெல்லாம் அடையும் சாதனமாக சிலர் இதைக் கருதுகின்றனர். நெடுங்காலம் உடலோடும், அஷ்டமா சித்திகளோடும் விளங்கலாம் என சிலர் முயல்கின்றனர். வெகு சிலரோ எல்லாம் இறைவன் லீலை எனவுணர்ந்து அதனோடு இரண்டறக் கலந்து விட ஆவல் கொள்கின்றனர்.)

59

குகை

நான்கு புறமும் மூடப்பட்ட ஒரு குகை. அதன் மேலே ஒரு சதுர வடிவ சாளரம் அதன் வழியே வானம் தெரிகிறது. நட்சத்திரங்கள் தெரிகின்றன. ''வானம் எப்படி?'' என்று அவனிடம் கேட்டால், ''அது சின்ன சதுர வடிவமானது'' என்பான். ''நட்சத்திரங்கள் எத்தனை?'' என்றால் ''ஒரு ஏழெட்டு இருக்கும் '' என்பான். அந்தக் குகையிலிருந்து வெளியே வந்தால் அவன் வானம் பிரம்மாண்டமானது என்பதையும், நட்சத்திரங்கள் கோடி கோடியானவை என்றும் அறிவான்.

(உடலே குகை. உயிர்தான் உள்ளிருப்பவன்.)

60

மட்டற்ற அன்பு

சீடன் ஒருவன் ஹடயோகம் கற்றவன். அவன் சவாசனத்தில் நிபுணன். மூச்சை அடக்கி செத்த பிணம் போல் காணப்படுவான்.

''பந்தம், சொந்தம், உறவு எல்லாம் மாயையால் விளைபவை. மாயை நீங்கினாலொழிய உண்மையின் உண்மையை காணமுடியாது'' என்றார் குரு ஒருநாள் அவனிடம்.

''என் மனைவி என் மீது மட்டற்ற அன்பு கொண்டவள். எனக்காக எல்லாப் பணிவிடைகளும் செய்பவ்ள் அவள்'' என்றான் சீடன்.

''மனித உறவுகள் எல்லாமே மரணம்வரைதான் மரணத்தின் பின் உடன் வருவது கர்ம வினைகள் மட்டுமே'' என்றார் குரு.

சீடன் அதை ஒப்புக்கொள்ளவில்லை. சோதிக்க எண்ணினான். சற்று நேரத்தில் அவன் வீட்டில் பெரும் அழுகுரல். ஆம் உட்கார்ந்த நிலையில் சவம் போலாகி விட்டான் அவன். உறவுகள், நண்பர்கள் எல்லாம் கூடினர் அடுத்து ஆகவேண்டிய காரியங்களை ஆரம்பித்தனர்.

குறுகிய வாசல் உட்கார்ந்தபடியே பிணத்தை வெளியே எடுத்து வர முடியவில்லை. கோடரி எடுத்து வந்த ஒருவன் வாசக்காலை உடைக்க ஆரம்பித்தான்.

"என்ன செய்கிறாய்?" அழுகையை நிறுத்தி விட்டு சீறினாள் மனைவி. "இறந்தவருக்காக வீட்டு வாசலை உடைத்தால் நாங்கள் எங்கே போவது? சவத்தின் கை, கால்களை வேண்டுமானால் வெட்டி அதை வெளியே எடுத்துவர முயற்சி செய்யுங்கள்."

யோக நிலையிலிருந்து மீண்டான் சீடன். பிறகு ஒன்றுமே பேசாமல் துறவு பூண்டு வெளியே சென்று விட்டான்.

61
எதுவும் நடக்கும்

ஒருவனின் குழந்தை சாகும் தறுவாயில் இருந்தது. அவன் தவித்துப் போய் எங்கெங்கோ அலைந்தான். ஒருவர் சொன்னார்: "சுவாதி நட்சத்திரமும் உச்சத்திலிருந்து, மழையும் பெய்து, அது மனித மண்டையோட்டில் விழுந்து, ஒரு தவளை அந்த நீரைப்பருக வந்து, அதைப் பாம்பு துரத்தி, தவளை தப்பி, பாம்பு விஷம் மண்டையோட்டில் விழுந்து அந்த விஷ நீரை நோயாளிக்குக் கொடுத்தால் குழந்தை குணமடைவான்."

“நடக்கிற கதையா இது?” என்றனர் அனைவரும். “கடவுள் சித்தம்” என்றபடி கிளம்பினான் அவன்.

அன்று சுவாதி உச்சம். திடீரென மழை பெய்ய ஆரம்பித்தது. ‘கடவுளே!’ என்று வேண்டியபடி மயானம் சென்றான். ஒரு மண்டையோட்டில் நீர் விழுந்திருந்தது. அப்போது ஒரு தவளையும் அதன் மீது தத்தி ஏறியது. “அருள்புரிவாய் இறைவா!” என்று பாதி ஆச்சரியத்துடனும், பாதி பக்தி சிலிர்ப்புடனும் மனமுருக வேண்டினான். அவன கண்களில் ஒரு பாம்பு ஊர்ந்து வருவதும் தென்பட்டது.

தவளை மீது பாம்பு பாய ஒரு சிறு மயிரிழையில் தவளை மறுபுறம் குதிக்க பாம்பு விஷம் ஒரு சொட்டு மண்டையோட்டில் விழ திகைப்புற்ற மனத்துடன் அதனை அப்படியே எடுத்து வந்தான். குழந்தையும் பிழைத்தது.

(இறைவன் நம்பமுடியாத செயல்களையெல்லாம் நடத்தக் கூடியவர். அவரது அருள் இருந்தால் எப்பேர்ப்பட்ட அற்புதமும் மிக இயல்பாக நடந்து விடும்.)

62

அன்பே கடவுள்

கடவுளைப் பற்றிய எண்ணம் தவிர எல்லாவற்றையும் விட்டு விடுங்கள். எந்நேரமும் அவனையே நினையுங்கள். நிஜமாக, மனமுருகி அழைப்பவர் முன் வந்து நிற்பதாக அவன் உணரச் செய்வான்.

இறைவனை முழுதாக நம்புங்கள். செயலும், சக்தியும் உங்களுடையதாயினும் கடவுளிடமே அர்ப்பணியுங்கள். உங்கள் உலகம் எளிதாக சுழலுவதை உணர்வீர்கள்.

எதையும் செய்து முடிக்க எண்ணினால் உங்களிடம் தேவை நம்பிக்கை. முழு நம்பிக்கையுடன் முழுமையாக செயல்பட்டால் மலையையும் பொடியாக்க முடியும்.

இறைவனை வெளியே தேடி அலைவதில் பயனில்லை. அது வெளியே கிடைப்பதுமில்லை. வெளியே உள்ள ஆன்மீக உணர்வு முழுதும் நமக்குள்ளேதான் கிரகிக்கப்படுகிறது. கோயில், உருவம், வழிபாடு எல்லாம் நம் உள்ளே உள்ள இறைவனை வெளிக்கொணரும் வழி முறைகளே!

ஏழையின் முகத்தில், நலிந்தவர்களின் உருவில் நோயாளிகளின் ரூபத்தில் யார் இறைவனைக் காண்கிறாரோ அதுவே உண்மையான சிவ வழிபாடு. மாறாக வெறும் படத்திலோ, சிலையிலோ இறைவனைக் காண்பது ஆரம்பம

மட்டுமே. ஏழையிடம் சிவன் இருப்பதாக எண்ணி பேதம்பாராமல் உதவினால் மகிழும் அளவுக்கு கோயிலுக்குப் போய் வணங்குவதால் கூட சிவன் மகிழ்வதில்லை.

ராம கிருஷ்ண பரமஹம்ஸரின் தத்துவங்கள் என்று உலகம் முழுதும் விவேகானந்தர் பரப்பிய சில அற்புதமான கருத்துக்கள் இவை. இவற்றின் மூலம் ஹிந்து மதம், இந்தியா முழுவதிலும் புது எழுச்சி பெற்றன.

63

சுட்ட பானை

குயவன் தான் செய்த பானைகளை வெயிலில் காயவைப்பான். பிறகு அடுக்கி வைப்பான். சுட்ட பானைகள், சுடாத பானைகள் என்று பிரித்து வைத்திருப்பான். ஆடுமாடுகள் கால்பட்டோ அல்லது இடறியோ சில பானைகள் விழுந்து உடைந்து விடும். அவை சுடாத பானைகளாயிருந்தால் மீண்டும் நீர் ஊற்றிப் பிசைந்து புதியபானை வனைந்து விடுவான். சுட்டபானைகளை ஏதுமே செய்ய முடியாது. உடைந்தால் உடைந்ததுதான். இறைஞானம் பெறாத மனிதன் சுடாத பானை போன்றவன். மீண்டும் பிறவி எடுக்கவேண்டும். ஞானம் பெற்ற மனம் சுட்ட பானை. அதற்கு மறு பிறவி இல்லை.

வேக வைத்த நெல்லை விதைத்தால் முளைக்காது. ஞானம் என்ற நெருப்பில் வெந்த மனம் மீண்டும் படைப்புக்கு உள்ளாவதில்லை.

64

தரிசனம்

ஒருவன் பூரி ஜெகந்நாதர் ஆலயம் போக வேண்டும் என்று ஆசைப்பட்டான். அவன் யாரிடம் பேசினாலும் அதுபற்றியே பேசுவான். பூரி எங்கிருக்கிறது? இங்கிருந்து எவ்வளவு தொலைவு? அங்கு போய்ச்சேர எத்தனை நாள் ஆகும்? வழியில் எங்கெங்கே தங்கலாம்? இப்படியெல்லாம் விசாரித்தபடி இருப்பான். ஆண்டுகள் பல உருண்டனவே தவிர அவன் மட்டும் கோயிலுக்குப் போகவேயில்லை. இன்னொருவன் பூரி ஜகன்னாதரை தரிசிக்க எண்ணினான். உடனே கிளம்பி விட்டான். சில நாள் சென்றதும் வழியில் சிலர் விசாரித்தார்கள். ''எங்கே போகிறீர்கள்?'' என்று.

''பூரிக்கு செல்லவேண்டும்'' என்றான்.

''அடடா! இந்த வழியில் ஏன் வந்தீர்கள்? இது வேறு வழியாயிற்றே! நீங்கள் இப்படியே திரும்பி இரண்டு நாள் போனால் வடக்கே ஒரு பாதை பிரியும். அந்த வழியாக போங்கள்'' என்றனர். இப்படி ஆங்காங்கே தகவல் பெற்று அவன் போய் சேர்ந்து விட்டான்.

இறைவனை நாடும் ஆன்மீகப் பயணத்தில் மட்டும் 'நான் போகப் போகிறேன்', 'போகப்போகிறேன்' என்று சொல்பவன் ஒரு நாளும் போகவே மாட்டான். வழி சரியோ அல்லது சுற்று வழியோ ஒருவன் கிளம்பி விட்டால் ஆங்காங்கே பலருடைய வழி காட்டுதலில் அவனுக்கு சரியான பாதை தென்படும். ஆகவே வாளாவிருப்பதைவிட செயலில் ஈடுபடுவதுதான் உசிதமானது.

65

பூவாசம்

மனம் எப்போதும் வாசனைகளுக்கு அடிமையானது. வாசனை என்பது பழக்கம். பழகிப்போனதை எளிதில் விட முடியாது. பிறவிகளுக்கு மூல காரணமே இந்த மனதின் பழக்கங்கள்தான்.

பூ வியாபாரி ஒருவரின் வீட்டில் திருமணம். அவர் மனைவியின் தோழி மீன் விற்பவள். வியாபாரம் முடிந்து காலி கூடையுடன் திருமண வீட்டுக்கு வந்தாள் அவள். கூடையைத் தோட்டப்புறம் வைத்துவிட்டு வீட்டிற்குள் நுழைந்தாள்.

வீட்டுக்காரி அவளை வரவேற்று அன்புடன் தங்க வைத்தாள். மீன்காரி தங்கியது பூக்கூடைகள் வைக்கும் அறையில். அறை முழுதும் பூவாசம். மீன்காரி புரண்டு, புரண்டு படுத்தாள். நெடுநேரம் தூங்கவேயில்லை.

அதைப் பார்த்த பூ வியாபாரி அவளது மீன் கூடையை எடுத்து வந்து அவள் தலை மாட்டில் வைக்கச் சொன்னார். அதன்படியே செய்ததும் கொஞ்சநேரத்தில் அவள் அயர்ந்து தூங்க ஆரம்பித்து விட்டாள்.

மனம் எந்தெந்த வாசனைகளுக்கு, எந்தெந்த மயக்கங்களுக்கு, எந்தெந்த பற்றுக்கள், ஆசைகளுக்கு

அடிமையோ அவற்றில் ஒன்றுமேயில்லை எனத் தானாகவே உணர்ந்து விலகவேண்டும். பலாத்காரமாகத் திணிப்பது கூடாது. அது ஏறுமாறான விளைவை ஏற்படுத்தும். அது எப்படி என்றால் சாணத்தில் நெளியும் ஒரு புழுவை எடுத்து சுத்த நீரில் அலசி சந்தனக் கரைசலில் விட்டால் புழு துடிதுடித்து இறந்து விடும். அதுபோல்தான் ஒருவன் எந்த சூழ்நிலையில் வளர்ந்தானோ அதற்கு நேர்மாறானது அவன் மீது திணிக்கப்படக் கூடாது.

66

மூன்று குணங்கள்

சத்வகுணம், ரஜோகுணம், தமோ குணம் மூன்றும் இறைவனால் படைக்கப்பட்டவையே. முக்குணமும் கடந்த நிலையே இறைநிலை. பக்தியிலும் பலவகை உண்டு.

''இறைவன் அளவற்ற அருளாளன்'' என்றான் ஒருவன். ''ஏன்?'' என்றான் மற்றவன்.

''அவர் எனக்கு வீடு, நிலம், பணம் எல்லாம் தந்து என்னை ரட்சிக்கிறார்.''

''உன் பிள்ளைகளைக் காப்பது நீதானே? அதுபோல் அனைவரையும் கடவுள் காக்கிறார். அதுதானே அவர் இயல்பு. அவர்தானே உலகிலுள்ள அனைவருக்கும் தாயும் தந்தையும்'' என்றான் மற்றவன்.

தசரா விழாவில் துர்க்கை சிலையை அலங்கரிப்பார்கள். விழா முடிந்ததும் ஆற்றில், குளத்தில் அல்லது கடலில் அதைக் கரைத்து விடுவார்கள். அலங்கார ரூபிணியான துர்க்கையைப் பார்த்த குடிகாரன் ஒருவன் சிரித்தபடி, ''எல்லாம் இன்னும் மூன்று நாள்தான். பிறகு உன்னைக் கடலில் அல்லவா எறிவார்கள்? என்றானாம்.

மூவர் சொன்னதும் சரியே. மூன்றுமே பக்திதான். இம்மூன்றையும் கடந்ததே பரவச நிலை ஆகும்.

67

உணர்தல்

கங்கை நதி இமயமலையில் தொடங்கி கடலில் கலப்பதுவரை ஏராளமான மைல்கள் நீளமுடையது. ஒருவன் ''கங்கையை நான் தொட்டேன்'' என்றால் அதன் அவ்வளவு நீளத்தையும் அவன் தொட்டதாகப் பொருள் அல்ல. ஒரே ஒரு இடத்தில் தொட்டாலும் தொட்டதாகத்தான் அர்த்தம். அதுபோல் இறைவன் எல்லையற்றவர். அவரை ஓரளவு உணர்ந்தாலும் போதும். முழுமையாக உணர வேண்டியதும் இல்லை. எவரும் அப்படி உணரவும் முடியாது.

68

இயற்கை

கயிலாயத்தில் சிவபெருமான் வீற்றிருந்தார். அருகே நந்திதேவர். சுற்றிலும் ஏராளமான பூதகணங்கள். திடீரென்று கீழே வெகுதூரத்தில் பெரும் சப்தம் கேட்டது. ''சுவாமி! அது என்ன பேரோசை?'' என்று கேட்டார் நந்தி. ''ராவணன் பிறந்திருக்கிறான்'' என்றார் சிவன். சற்று நேரத்தில் வேறொரு பேரோசை. ''இது என்ன?'' என்றார் நந்தி. ''ராவணன் கொல்லப்பட்டான்'' என்றார் சிவன்.

பிறப்பு, இறப்பு இவை நமக்குப் பெரிய விஷயங்கள். இயற்கையில் இவை சாதாரண சம்பவங்கள். சாஸ்வத மானவர் இறைவன் ஒருவரே. மீதி எல்லாம் தோன்றியும், மறைந்தும் காலச்சுழற்சியில் வந்துபோனபடிதான் இருக்கும்.

69

வாய் வேதாந்தி

ஒருவன் வெளியூர் போனான். அவன் மனைவி வரும்போது சில சாமான்கள் வாங்கி வரும்படி சீட்டில் எழுதித் தந்தாள். வெளியூர் போனவன் தனது வேலைகளையெல்லாம் முடித்துக் கொண்டான். மனைவி தந்த குறிப்புச் சீட்டை எடுக்கப் போனான். பையில் அந்த சீட்டு இல்லை. அவ்வளவுதான் அந்த அறை முழுதும் குடைந்து குடைந்து தேட ஆரம்பித்து விட்டான். பெட்டி, படுக்கை, கட்டில் என்று எல்லாவற்றையும் தலைகீழாக்கி விட்டான். கடைசியாக அந்த சீட்டு கிடைத்ததும் அவன் முகத்தில் பரவிய ஆனந்தத்தைப் பார்க்க வேண்டுமே! அப்பப்பா! அப்படி ஓர் சந்தோஷம் அவன் முகத்தில். அதிலே உள்ள சாமான்களின் பட்டியலைப் படித்தான். பிறகு அலட்சியமாக அதைக் குப்பைக் கூடையில் எறிந்து விட்டு கடைத் தெருவுக்குப் புறப்பட்டான்.

சாஸ்திரங்கள், நூல்கள் இவை இறைவனை அடையும் வழி முறைகளைக் காட்டுகின்றன. அறிந்தபின் அவற்றுக்கு வேலை இல்லை. பின்னும் அவற்றையே பேசிக்கொண்டிருப்பவன். வெறும் வாய் வேதாந்தியாகிறான். அவனால் யோகி ஆக முடியாது.

70
நம்பிக்கை

மஹா விஷ்ணு வைகுண்டத்தில் லக்ஷ்மிதேவியுடன் அமர்ந்திருந்தார். திடீரென எழுந்தார். "சுவாமி! எங்கே புறப்படுகிறீர்கள்?" என்று கேட்டாள் தேவி. "அங்கே என் பக்தன் ஒருவன் ஆபத்தில் இருக்கிறான். அவனை ஒரு காட்டு விலங்கு துரத்துகிறது" என்றபடி வேகமாக சென்றார் விஷ்ணு. சிறிது நேரத்திலேயே திரும்பிவிட்டார்.

"ஏன் உடனே திரும்பி விட்டீர்கள்?" என்று கேட்டாள் லக்ஷ்மி. "என்னை நினைத்து வழிபட்டபடியே போய்க் கொண்டிருந்தான் அவன். அப்போது அவன் மேல் ஒரு காட்டு விலங்கு பாய்ந்தது" என்றார் நாராயணன் சிரித்தபடியே "பிறகு?" என்றார் தேவிமஹா லக்ஷ்மி. "அவனைக் காப்பாற்றவே நான் கிளம்பினேன். ஆனால் அவனோ ஒரு கட்டையை எடுத்து ஓங்கினான். ஆகவே திரும்பி விட்டேன்" என்றார் மஹாவிஷ்ணு.

மனம் முழுதும் பகவானுக்கே அர்ப்பணம் செய்து விட வேண்டும். நான் என்ற அகங்காரம் கொஞ்சம் இருந்தாலும் இறைவன் வரமாட்டார்.

71

சாதகன்

புயல் வீசும்போது விலங்குகள், பறவைகள் எல்லாம் தம் இருப்பிடங்களில் பதுங்கிக் கொள்ளும். புயல் பறவை என்றொரு பறவை உண்டு. அது புயலின்போது கூண்டை விட்டு வெளியே வரும். இறகுகளை விரித்து ஆனந்தமாக புயலை எதிர் கொள்ளும். கீதமிசைத்தபடி ஆனந்தமாகப் பறக்கும்.

இன்பத்தைப் படைத்த கடவுள்தான் துன்பத்தையும் படைத்துள்ளார். சாதாரண மக்கள் துன்ப, துயரங்களில் அஞ்சி ஒடுங்கி விடுவார்கள். சாதகன் மட்டுமே சிரித்த முகத்துடன் அதையும் எதிர்கொள்வான். அப்படிப்பட்டவனால் மட்டுமே யோக நிலையை எட்ட முடியும்.

72

உண்மை

ஜால வித்தைக்காரன், ''மாயம் பார் மந்திரம் பார்'' என்று கூவுவான். துணியால் பொருளை மூடுவான். திறந்தால் அதிலிருந்த பொருள் மாயமாகி இருக்கும். பெட்டியைத் திறந்தால் பொருள் மாயமாகி இருக்கும். ஒரு பெட்டியைத் திறப்பான். பலவிதப் பறவைகள் பறக்கும். இவை எதுவும் உண்மையல்ல. அவன் மட்டும் உண்மை. அதுபோல் கடவுள் மட்டுமே உண்மை. மீதி எல்லாம் இப்போது இருக்கும். பிறகு இருக்காது என்ற வகையை சேர்ந்தவை.

73

சில உதாரணங்கள்

விரதம் இருப்பவர்கள் மூன்று வகையினர். பக்தியும் அதுபோல் மூன்று வகைகளில் உண்டு. சிலர் பொட்டுத் தண்ணீர் கூட அருந்தாமல் விரதம் இருப்பர். இது நிர்ஜல ஏகாதசி. பக்தர்களிலும் எல்லாவற்றையும் உதறி இறைவனையே சரணமடைபவர்கள் உண்டு.

சிலர் விரதமிருப்பர். ஆனால் பால், பழம் மட்டும் சாப்பிடுவர். இந்த பக்தர்கள் இல்லறத்திலும் இருந்தபடியே ஆன்மீகத்திலும் மெல்ல மெல்ல ஈடுபடுவார்கள்.

மூன்றாவது வகையினர் விரதத்தில் ஈடுபடும் முன்பே பூரி, சப்பாத்தி என முழுமையாக வயிற்றை நிரப்பிக் கொண்டு வீரன் போருக்குத் தயாராவதுபோல் விரதத்துக்கு தயாராவார்கள். இடையிடையே வீட்டில் செய்யும் பலகாரங்களை, ''எனக்குத் தனியா ஒரு தட்டில் மூடி வைத்துவிடு, விரதம் முடிந்ததும் சாப்பிடுகிறேன்'' என்பார்கள்.

இதுபோன்ற வகை பக்தர்கள் யோக சாதனையில் மூழ்கியிருப்பர். ஆனால் இவர்கள் மனம் போகங்களிலேயே மூழ்கியிருக்கும். இது பலனற்ற பக்தி ஆகும்.

★

திருவிழாக்களில் தலையில் தண்ணீர்க் குடத்தை வைத்துக் கொண்டு ஆடுவார்கள். அவர்களின் உடல் வளையும். ஆனால் குடம் சம நிலை தவறாது. அதுபோல் இல்லறத்தில், உலக வாழ்வில் ஈடுபட்டாலும் மனமானது இறைவனிடம் லயித்திருக்க வேண்டும்.

★